HẠNH PHÚC
& CON ĐƯỜNG
TU HỌC

HẠNH PHÚC VÀ CON ĐƯỜNG TU HỌC
NGUYỄN DUY NHIÊN
NGUYỄN MINH TIẾN *hiệu đính*

Bản quyền thuộc về tác giả và Nhà xuất bản Liên Phật Hội (United Buddhist Publisher - UBP).

Copyright © 2016 by UBP (United Buddhist Publisher)
ISBN-13: 978-1981655281
ISBN-10: 198165528X

© All rights reserved. No part of this book may be reproduced by any means without prior written permission from the publisher.

NGUYỄN DUY NHIÊN

Hạnh phúc & con đường tu học

UNITED BUDDHIST PUBLISHER
NHÀ XUẤT BẢN LIÊN PHẬT HỘI

Kính gửi Thầy am chủ cốc Không Tên

Thầy vẫn khỏe chứ? Tu viện trên ấy bây giờ ra sao rồi, thưa Thầy? Có gì đổi thay nhiều không? Năm nay dường như trời vào Thu sớm hơn mọi năm. Chắc lối đi xuống ngôi cốc nhỏ của thầy mỗi sáng mây mù che kín. Những ngày không mây, trời bên ấy vẫn cao, gió vẫn lộng? Và mỗi đêm dãi ngân hà vẫn trải khắp bầu trời khuya? Đời sống của người xuất gia chắc chắn có nhiều hạnh phúc. Ở *"dưới này"* bạn bè vẫn thường bảo tôi vậy! Chắc lần sau Thầy về đây, nhất định thế nào cũng bắt Thầy phải ngồi lại chia sẻ với mọi người!

Tôi thì vẫn vậy, với đời sống bận bịu và những hạnh phúc của đời sống gia đình. Những ngày lên sống ở tu viện tôi thấy có những thênh thang, những thong dong, có mây và gió bay ngang trời. Trên ấy có những hạnh phúc mà dưới này chúng tôi không thể có. Tôi nghĩ, có lẽ đời sống tu viện cũng có những khó khăn, nhưng từ nơi tôi nhìn thì nơi đó có thật nhiều hạnh phúc.

Đời sống của người có gia đình cũng có những khó khăn và hạnh phúc theo cách riêng của nó. Sáng nay, tôi nghĩ Thầy cũng có chút thời giờ thong thả. Trời tu viện rộng và đẹp, sáng nay mây ngoài biển đã kéo vào chưa? Thôi, xin mời thầy hãy vào cốc Trăng Lên, nhóm lửa và thêm chút củi vào cho ấm. Trời trên ấy mùa này chắc lạnh rồi. Mời Thầy đun nước và pha một tách trà thơm. Sáng nay, miền này cũng đã vào thu, trời lành lạnh. Tôi sẽ đi pha một ly cà phê nóng, khoác thêm một chiếc áo, ra sau sân nhà ngồi nơi chiếc bàn gỗ nhỏ giữa trời lá thu. Có vài chuyện muốn được chia sẻ với Thầy.

Tuổi Tác Trong Khóa Tu

Sau khóa tu vừa rồi, trở lại tu viện Thầy làm gì? Hỏi vậy thôi, chứ tôi biết việc Thầy nhiêu khê, bận rộn hết đủ mọi chuyện. Có biết bao việc đang chờ đến bàn tay của Thầy. Tôi cũng có đề nghị với anh Minh Tuệ, nghỉ phép nên lên tu viện giúp Thầy một tay. Anh Minh Tuệ cũng nhiều tài lắm đó Thầy, nhất là rất khéo trong việc trồng cây và làm vườn, anh làm gì cũng giỏi!

Khóa tu năm nay chúng ta thấy có nhiều người trẻ đến tham dự hơn mọi năm. Nói trẻ vậy chứ tuổi của những người ấy cũng bằng chúng tôi. Họ cũng có gia đình và sự nghiệp hết rồi, và phần lớn cũng bắt đầu có những quan tâm về vấn đề con cái. Nhưng chúng tôi, không hiểu sao, bao giờ cũng vẫn cứ nghĩ mình là còn trẻ! Thường thường trong những khóa tu học, các bác đến tham dự bao giờ cũng đông hơn lứa tuổi của chúng ta. Năm ngoái, khi đi dự khóa tu của Sư Ông, có một bác đứng lên đặt câu hỏi rằng, bác thấy số người đến tham dự khóa tu đa số thuộc tuổi già, nếu mai này thế hệ của bác không còn nữa, thì có ai còn đi tu học nữa không? Bác thao thức, không biết chúng ta nên làm gì để khuyến khích tuổi trẻ, giúp cho họ thấy được những ích lợi của sự tu học?

Thắc mắc của bác khiến tôi cũng tự hỏi, có thật rằng khi thế hệ lớn tuổi đi qua rồi thì sẽ không còn ai nghĩ đến chuyện tu học hay không? Thật ra, vấn đề bác nêu ra là vấn đề phổ biến ở mọi thế hệ chứ không chỉ riêng cho thế hệ ngày nay. Tôi nghĩ đó là một mối băn khoăn, thao thức từ xưa đến giờ. Thế nhưng, tại sao qua nhiều thế hệ, ở bất cứ thời điểm nào, những người lớn tuổi tìm đến nương tựa vào một đời sống tâm linh vẫn có mặt đông đảo mà không bao giờ thiếu vắng đi? Họ là ai? Phải chăng cũng chính là những người trẻ của ngày hôm qua? Và vòng xoay sẽ tiếp tục, những người trẻ của hôm qua lại băn khoăn cho đời sống tâm linh của người trẻ hôm nay!

Cái gì là chân thật thì bao giờ cũng sẽ tồn tại, phải thế không Thầy! Tôi không bao giờ sợ nó bị mất đi. Nhưng điều chúng tôi có thể làm là mang sự tu học đi vào cuộc đời, đến với những người bạn trẻ trong thời đại này, giúp họ có thể có một đời sống tâm linh đầy đủ hơn, một cuộc sống hạnh phúc hơn. Chừng nào khổ đau còn có mặt trong cuộc đời, chừng ấy tôi nghĩ vấn đề tu học sẽ vẫn còn là cần thiết.

Thầy ơi, những người trẻ đến với khóa tu, Thầy nghĩ họ tìm kiếm những gì? Như Diệu Hảo, Diệu Hiền, Mỹ Hạnh, Trí Hùng, anh Dũng, Huệ Mai, Diệu Linh, Thi... và còn nhiều nữa. Phần lớn họ đều là những người còn trẻ, có gia đình và sự nghiệp vững vàng. Họ đến với những khóa tu với những kỳ vọng gì? Trong khóa tu Thầy bận rộn hướng dẫn nhóm của các bác, còn tôi có dịp được ngồi chia sẻ với với các anh chị trẻ. Đời sống vật chất của những người bạn ấy đâu phải là thiếu thốn, và sự nghiệp của họ đâu thể gọi là thất bại. Nhưng trong những dịp trao đổi, tôi đã học được rất nhiều. Tôi hiểu rằng, trong cuộc đời này không phải hạnh phúc nào cũng là hạnh phúc thật sự. Và có lẽ họ đến đây chỉ với bấy nhiêu đó thôi, muốn đi tìm một cái gì chân thật, một hạnh phúc thật sự.

Chúng tôi cũng có dịp đi tham dự những khóa tu học của người phương Tây, những khóa tu này được hướng dẫn thực tập theo giáo lý của đạo Phật. Tôi nhận thấy ở xã hội này, số người vào lứa tuổi của chúng ta đi tham dự rất đông, đông hơn các bác lớn tuổi. Sự kiện ấy có nhiều lý do khác nhau! Nhưng tôi nghĩ, một lý do là vì phương pháp tu tập của đạo Phật có thể giúp họ giải quyết được những khổ đau của mình, một cách rất cụ thể và không nặng phần tín ngưỡng. Tham dự những khóa tu này tôi mới thấy rõ sự có mặt của khổ đau trong một xã hội văn minh, giữa những cuộc sống quá đầy đủ trên mọi phương diện. Họ là những người tương đối thành công trong cuộc đời, nhưng vẫn cảm thấy rất cô đơn, và trong lòng có những vết thương rất sâu đậm. Khi đời sống nghèo khó và túng thiếu, mình có thể hy vọng rằng nếu được giàu có và đầy đủ hơn, ta sẽ bớt khổ đau. Nhưng đối với một người đã có đầy đủ vật chất, họ còn biết đặt kỳ vọng vào đâu? Những người ấy đến với các khóa tu và sự thực tập để mong tiếp xúc được với một cái gì sâu sắc hơn, chân thật hơn là những gì họ đang có trong tay.

Ở đây mỗi tháng chúng tôi có một ngày thực tập chung với nhau gọi là ngày quán niệm. Ngày ấy là một khóa tu một ngày được tổ chức trong một khung cảnh yên tĩnh, gần thiên nhiên. Chúng tôi chọn một ngôi chùa, cũng là một trung tâm tu học ở xa thành phố, không gian rất tươi mát. Buổi sáng, trong giờ kinh hành, chúng tôi thường đi chậm rãi ngang qua một bàn thờ nhỏ trong chánh điện, có đặt di ảnh của những người quá cố. Sau giờ kinh hành, tôi thường đứng yên trước chiếc bàn nhỏ này. Nó nhắc nhở tôi về tính chất vô thường và phù du của cuộc sống. Trên bàn thờ có rất nhiều gương mặt thật trẻ, yêu đời, đầy sự sống. Ánh mắt họ nhìn vào tương lai đầy hứa hẹn. Những người ấy cũng đã từng như tôi, từng có những ước vọng, lo âu... Họ cũng có những người thương và kẻ thù, những ngày vui, những nỗi buồn... Và bây giờ, họ đang ở đâu? Tôi chợt nhớ một lời khuyên của người xưa: *"Mạc đãi lão lai phương học đạo, cô phần tận thị thiếu niên nhân.*[1] Hãy nhìn đi, đừng đợi tuổi già rồi mới học đạo, những nấm mồ hoang ngoài nghĩa trang phần lớn là người trẻ! Mà chúng ta cũng có mấy ai là còn trẻ đâu! Viết cho Thầy những dòng này khi vết thương của thảm kịch *Trung tâm Thương mại Thế giới*[2] vào tháng 9 vừa qua tại *New York* vẫn còn rất mới. Trong phút chốc thôi, những cuộc sống đầy hy vọng, đầy sinh lực đã mãi mãi bị đổi thay

---

[1] Mạc đãi lão lai phương học đạo, cô phần tận thị thiếu niên nhân. (莫待老來方學道，孤墳盡是少年人。) Tạm dịch: Chớ đợi tuổi cao mới học đạo, mồ hoang toàn những kẻ đầu xanh. - Dẫn theo trích văn trong Quy nguyên trực chỉ, bài của thiền sư Nhất Nguyên Tông Bổn.

[2] World Trade Center

hoàn toàn! Có ai thật sự biết được việc gì sẽ xảy ra cho mình vào buổi sáng này không?

Danh từ tu học

Thầy biết không, có người đề nghị chúng ta nên chọn một tên gọi khác cho những khóa tu, thay vì gọi là khóa tu học. Đối với một số người, nhất là những người mới hoặc chưa quen, chữ *tu học* nghe có vẻ nặng nề quá. Họ nói, nó gợi lên những hình ảnh khắc khổ, lập dị, và có vẻ trốn tránh cuộc đời. Tôi có một người bạn theo Thiên Chúa giáo, khi những người bạn của chị nghe nói chị sắp đi dự một khóa tu học, họ ngạc nhiên và sợ lắm. Họ thắc mắc như là mình phải có vấn đề gì ghê gớm lắm mới phải đi tu học vậy! Người ta thường liên tưởng một khóa tu với những sinh hoạt gò bó, khắc khổ. Thầy nghĩ sao? Thật ra đó chỉ là một sự hiểu lầm, phải không Thầy?

Có thể những người ấy nghĩ rằng, tu tập thì nhất định phải chịu cực khổ, và có thể chính họ đã có những kinh nghiệm như vậy. Nhưng thật ra, tu tập không nhất thiết có nghĩa là phải khắc khổ. Mục đích của một khóa tu học không phải là để người ta cảm thấy cuộc đời khổ đau hơn, mà ngược lại là thấy cuộc đời này có nhiều hạnh phúc hơn! Nhưng thành kiến thì không dễ gì thay đổi. Chả trách gì các bác lại cứ bảo là chúng tôi chỉ lo tu "*chơi chơi*" mà thôi! Tôi nghĩ, mục đích của những khóa tu thật ra không gì khác hơn là giúp các thiền sinh tiếp xúc và chuyển hóa những khó khăn, khổ đau của chính mình. Sự chuyển hóa ở đây phải là một sự chuyển hóa sâu sắc, tận gốc rễ của khổ đau. Mà khi khổ đau vắng mặt thì mới có điều kiện để cho hạnh phúc có mặt!

Thầy đã có dịp đi hướng dẫn nhiều khóa tu trong những năm qua, chắc Thầy cũng đã chứng kiến được điều ấy. Có nhiều người, sau khóa tu đã cảm nhận được một sự thay đổi lớn, họ có thể mở rộng lòng mình ra và tiếp xúc được với những hạnh phúc đang có mặt chung quanh. Họ đã có thể ôm lại được một người thân yêu của họ. Chứng kiến những sự thay đổi ấy đem lại cho chúng ta một niềm tin. Không có việc gì là dễ, nhưng con đường ngàn dặm cũng phải bắt đầu bằng một bước chân nhỏ bé. Hạnh phúc của ta được bắt đầu từ một nụ cười nhỏ trên môi.

Mỗi năm chúng ta vẫn thường cố gắng tổ chức ít nhất là hai khóa tu học nhiều ngày. Chúng ta chọn những địa điểm có một khung cảnh thiên nhiên yên tĩnh và rộng rãi. Cả năm sống trong thành phố ồn ào đầy khói bụi, giờ được trở về hít thở không khí trong lành giữa miền đồng quê cũng là một thay đổi tốt rồi. Trời đất nơi này phải cao rộng, xanh mát và nằm giữa thiên nhiên. Phải có bóng mát của cây cỏ, của trời, của mây và của nước. Về đây rồi thì bụi đỏ cũng thôi bay!

Có nhiều người đề nghị chúng ta nên tổ chức những khóa tu ở gần thành phố hơn, chọn những nơi mà các thiền sinh có thể đi về dễ dàng, và thuận tiện cho sự di chuyển hơn. Nhưng chúng ta biết rằng sự tu tập và chuyển hóa rất cần một không gian và thời gian đặc biệt. Thật ra nơi đó không cần phải thật xa thành phố, nhưng nhất định phải có một không gian rộng rãi và yên tĩnh. Chúng ta cần có một không gian và thời gian riêng biệt, để giúp mình thật sự sống và thật sự có mặt với khóa tu. Nơi đây, chúng ta cùng tập đi thiền hành trên những ngọn đồi cỏ, trên cao có trời xanh mây trắng, mỗi bước chân của ta làm dậy lên những làn gió nhẹ. Hoặc cùng ngồi với nhau thành từng nhóm nhỏ bên bờ suối trong, chia sẻ những quan tâm, ưu tư của mình với thầy, với bạn. Khung cảnh và môi trường của khóa tu cũng là những yếu tố rất cần thiết cho sự chuyển hóa. Khi ta sống với nhau bằng tình thương, biết lắng nghe với sự hiểu biết, thì khổ đau nào mà còn có thể có mặt được, Thầy nhỉ!

Mà Thầy đã có đề nghị nào để thay thế chữ *tu học* hay chưa? Thú thật với Thầy, tôi thấy việc ấy cũng không cần thiết lắm. Tôi chỉ muốn bắt chước đức Phật trả lời với những người bạn ấy rằng *"Hãy đến đi rồi sẽ thấy!"* Tên gọi nào rồi cũng có những giới hạn và những khiếm khuyết của nó. Họ chỉ có thể đến thực hành và rồi tự mình trải nghiệm để hiểu đúng mà thôi!

Hạnh phúc chân thật

Tôi chưa bao giờ có dịp lên tu viện vào mùa thu, nhưng tôi dám đoan chắc với Thầy rằng thu bên ấy không đẹp bằng thu bên này đâu! Nói đùa với Thầy vậy thôi, chứ năm nào đó nhất định Thầy phải thưa với thầy Viện Trưởng tổ chức một khóa tu vào mùa thu ở đây. Chúng ta sẽ được đi thiền hành dưới những cơn mưa của màu sắc, có tiếng gió lùa những chiếc lá khô chạy đuổi nhau lào xào trên mặt đường theo mỗi bước chân đi. Vòm cây che ngang trên con đường thiền hành của ta sẽ có muôn màu lá chín. Mỗi tờ lá chín cũng có một hương thơm riêng của nó! Thầy có hình dung được trong vũ trụ này có biết bao nhiêu là màu vàng khác nhau không? Biết bao nhiêu là những màu cam, màu tím, màu đỏ... khác nhau không? Một ngày ngồi yên trong rừng, ta có thể lắng nghe được tiếng cây lá chuyển mùa. Mùa thu miền này đẹp lắm, nhất định phải mời Thầy sang đây một lần cho biết! Trịnh Công Sơn có nói về chiếc lá thu phai. Ông ví tuổi cuối đời như một chiếc lá mùa thu, đã vậy mà còn phai nữa thì buồn và tội lắm! Nhưng lá thu nơi đây không phai mà rất đậm màu! Mùa thu không phải là mùa của hoàng hôn, của đoạn cuối, mà tôi thấy chúng tượng trưng cho sự sống và sự chín tới. Trong cuộc đời có những hạnh phúc rất tự nhiên, chân thật và sâu sắc, trong đó có thiên nhiên và đất trời của mùa thu. Có những buổi sáng đi trên con đường nhỏ phủ lá quanh bờ hồ, nhìn mặt nước phẳng lặng phản chiếu bóng rừng cây màu lá, tôi cảm thấy một hạnh phúc thật vững vàng và bình yên.

Tôi nhớ câu chuyện về đức Phật trong thời gian ngài còn đang trên đường tìm đạo. Trước khi giác ngộ dưới cội *bồ-đề*, Phật đã có thời gian theo con đường khổ hạnh. Ngài nhịn ăn, nhịn uống, không ngủ, thân thể chỉ còn da bọc xương mà thôi. Cho đến một hôm, quá đuối sức, Phật tự nghĩ, "Nếu những bậc tu sĩ khác có thực tập khổ hạnh thì cũng chỉ đến mức này mà thôi! Nhưng tại sao ta vẫn không cảm thấy chút gì là giác ngộ hay giải thoát? Phải có một con đường nào khác nữa chứ!" Lúc đó, Phật chợt nhớ lại ngày xưa khi còn là một thái tử, có một lần được theo Vua cha ra ngoài thành, đến một miền đồng quê. Trong khi Vua cha đang quan sát người khác làm việc, thái tử tìm đến dưới gốc một cây hồng táo ngồi lặng yên. Bỗng nhiên, khi đó tâm ngài trở nên rất tĩnh lặng. Thái tử nhập được vào sơ định, và cảm thấy trong mình có một niềm hỷ lạc rất sâu sắc. Niềm vui ấy không hề xuất phát từ bất cứ nguyên nhân nào bên ngoài. Nó có mặt ngay bên trong, với một tâm hồn tĩnh lặng. Nhưng trên con đường tìm kiếm, tu tập khổ hạnh, Phật đã vô tình đánh mất đi cái hạnh phúc ban đầu đó. Một hạnh phúc rất đơn sơ, nhưng sâu sắc và rất thực. Nó không đòi hỏi ta phải nắm bắt hoặc chối bỏ bất cứ một điều gì khác trên cuộc đời này!

Niềm vui đơn sơ đó không hề xuất phát từ bất cứ một sự thỏa mãn ái dục hay một nhu cầu nào! Ta không cần phải có được một cái gì, thành đạt một điều gì, hoặc chối bỏ một điều gì để có được an lạc. Ý thức được rằng hạnh phúc chân thật không hề tùy thuộc vào những gì ta có, đó là một điều giác ngộ và giải thoát rất lớn!

Hạnh phúc và sự nghiệp

Trong các khóa tu, vấn đề hạnh phúc là một vấn đề thường xuyên được các bạn trẻ đưa ra để chia sẻ và trao đổi ý kiến. Và hạnh phúc của những người trẻ lại có liên quan rất mật thiết đến vấn đề sự nghiệp. Có bạn nói rằng, anh ta rất yêu thích công việc của mình, rất muốn được thăng tiến trong sở làm, và lúc nào cũng muốn học hỏi, trau dồi để mỗi ngày được tiến bộ hơn. Anh ấy hỏi: Con đường tu tập liệu có làm trở ngại việc xây dựng sự nghiệp của anh hay chăng?

Vấn đề anh ấy đưa ra là một vấn đề rất thật. Có lẽ nhiều người cũng đã và đang đối diện với thắc mắc này. Nhưng ta hãy thử đặt lại câu hỏi ấy, khi chọn con đường tu tập có phải là từ bỏ việc xây dựng sự nghiệp của mình không? Và theo Thầy nghĩ thì thế nào là xây dựng một sự nghiệp?

Tôi được đọc rằng, sự nghiệp có nghĩa là làm nên những việc gì mang lại lợi ích cho xã hội và mọi người quanh ta. Mà cuộc đời này đang thật sự cần đến những gì Thầy nhỉ? Xã hội chúng ta có cần thêm những kỹ thuật tối tân hơn không? Có cần những máy điện toán chạy chớp nhoáng hơn không? Và những kỹ thuật tân tiến ấy sẽ được chúng ta áp dụng vào những lĩnh vực nào? Tôi đang được may mắn sống trên một quốc gia giàu có, tôi có dịp chứng kiến sự phồn thịnh và dư dả của một xã hội tiến bộ vào hàng nhất, nhì về kinh tế và kỹ thuật. Và trong môi trường đó, tôi cũng đã có dịp tiếp xúc với những người có địa vị trong xã hội nhưng lại có những nỗi khổ đau và cô đơn rất lớn. Họ là những người có sự nghiệp trong xã hội, nhưng thành công của họ là sự thành công rất cá nhân. Và vì nó có tính cách cá nhân nên đa số họ là những con người rất cô đơn. Có thể vì lý do ấy mà trong những khóa tu học tổ chức cho người phương Tây, những người ở độ tuổi trung niên có sự nghiệp đến tham dự rất đông.

Thầy biết không, thời đại ngày nay chúng ta có những vấn đề mới tinh như là *"road rage"*[1] chẳng hạn. Người ta có thể chửi mắng thậm tệ một người mà mình không quen biết, nhiều khi có thể giết nhau, chỉ vì người kia đã lỡ lái xe cắt ngang ta, chạy nhanh hơn ta, hoặc chậm hơn ta... Cách đây mấy chục năm, khi xe cộ còn là một phương tiện thô sơ: nóng, chạy chậm, đường xá gập ghềnh, xe hư dọc đường là chuyện thường, mà có nghe ai nói đến vấn đề *"road rage"* đâu! Ngày nay trong xe có máy lạnh, âm nhạc, ghế ngồi êm ái, rộng rãi... mà người ta lại dễ trở nên nóng nảy hơn! Kỹ thuật tân tiến nhưng tôi nghĩ vẫn chưa đem lại cho chúng ta sự an tĩnh. Ngược lại, có khi còn mang đến cho chúng ta thêm những sự căng thẳng và bất an!

Có lần tôi nghe kể về một cuộc thăm dò với các em nhỏ, người ta hỏi các em muốn gì ở cha mẹ mình. Thầy có biết đa số các em nói mình

---

[1] *Road rage*: từ để chỉ những cơn nóng giận xảy ra khi người lái xe không bằng lòng với cách lái xe của một tài xế khác cùng chạy xe trên đường.

muốn gì không? Phần lớn các em không cần quà, không cần được đi chơi, cũng không cần cha mẹ dành thời gian cho mình... Thầy thấy có lạ không? Đa số các em chỉ muốn cha mẹ mình bớt lớn tiếng, bớt gay gắt, khó chịu với nhau sau một ngày đi làm về! Mấy thế hệ trước, tôi không biết các bậc ông bà của chúng ta ra sao, nhưng trong thời đại này, cuộc sống vật chất có dễ chịu hơn thật đấy, kỹ thuật có tân tiến hơn đấy, mà hạnh phúc dường như vẫn chỉ là một ảo tưởng mà thôi! Thời đại ngày nay ta có thể liên lạc với bất cứ ai, vào bất cứ lúc nào, ở bất cứ nơi đâu trên trái đất này, bằng điện thoại, bằng điện thư, bằng hình ảnh... Phương tiện truyền thông của chúng ta ngày nay quá tinh vi. Nhưng chúng ta vẫn không biết cách để truyền thông với những người thân yêu đang sống ngay bên cạnh mình, như là chồng ta, vợ ta, cha mẹ ta, con cái ta... Khổ đau do sự hiểu lầm, thiếu truyền thông vẫn còn là một vấn đề rất lớn của chúng ta, ngay chính trong thời đại này!

Năm trước, tôi có đi nghe bác sĩ tâm lý trị liệu *Mark Epstien* nói chuyện với độc giả trong dịp ra mắt một quyển sách mới của ông, có tựa đề là *"Going On Being"*. Có một độc giả hỏi ông có biết ở phương Đông, ví dụ như là Nhật Bản, ngành tâm lý trị liệu đang phát triển như thế nào, có được quần chúng chú ý đến nhiều không? Tôi nhớ ông *Mark Epstien* trả lời rằng, ông không được rõ lắm, nhưng theo ông thì ngành ấy hình như vẫn chưa được phát triển mấy. Và ông có nói thêm nửa đùa, nửa thật rằng: "Quý vị cứ chờ một thời gian đi, rồi sẽ đến lúc người phương Đông bắt đầu bị cái hào nhoáng bề ngoài của phương Tây hấp dẫn, bắt chước sống theo chủ nghĩa cá nhân của phương Tây, chỉ biết vì vật chất và sống cho riêng mình mà thôi. Khi ấy, những người phương Tây chúng ta sẽ sang bên ấy mà giúp chữa bệnh cho họ bằng sự hiểu biết mà ta đã học được từ chính họ!"

Nhưng hy vọng các bạn đừng hiểu lầm rằng tôi chống đối sự cầu tiến, hoặc bài bác những văn minh khoa học và kỹ thuật. Tôi nghĩ, chúng ta bao giờ cũng cần làm cho cuộc sống này được dễ chịu hơn và hạnh phúc hơn. Nhưng điều tôi muốn nói ở đây có liên quan đến vấn đề sự nghiệp và hạnh phúc của mỗi người. Tôi nghĩ, vấn đề không phải là sự tu học có ngăn trở ta trong việc gầy dựng một sự nghiệp hay không, mà là trong khi ta dấn thân vào những thử thách mới, để lập sự nghiệp và làm đẹp cuộc đời, ta có vô tình đánh mất chính mình hay không? Trong đạo Phật, con người là một yếu tố vô cùng quan trọng. Chúng ta cần ngồi lại và nhìn cho sâu để thấy rõ vấn đề sự nghiệp và hạnh phúc của chính mình. Chúng thật ra chỉ là một mà thôi!

Một cuộc sống vật chất tương đối

Vài năm trước đây, chúng tôi có tổ chức một khóa tu học để chia sẻ vấn đề "Sự nghiệp và hạnh phúc". Trong khóa tu có bạn nói rằng, trước khi người ta nghĩ đến vấn đề tâm linh, tu học, ít nhất người ta cần phải có một cuộc sống tương đối đầy đủ cái đã. Tôi nghĩ điều ấy rất thật! Trong pháp môn bố thí, Phật có dạy chúng ta về ba cách bố thí. Tài thí là cho người khác tài vật. Pháp thí là chỉ cho họ phương cách tu học. Và vô úy thí là giúp cho người ta được hết sợ hãi. Tôi được học rằng, tài thí là thấp nhất và pháp thí là cao nhất. Nhưng tôi nghĩ chúng ta cũng không nên coi thường vấn đề tài thí. Trong cuộc đời có nhiều lúc vật chất cũng rất là cần yếu. Đối với một người đang đói khổ, miếng ăn chiếc áo mới là điều quan trọng hơn hết! Tôi nghĩ có lẽ vì vậy mà Phật đã nhắc đến tài thí trước cả pháp thí và vô úy thí nữa. Chúng ta cần có một đời sống tương đối an ổn trước!

Chúng ta ai cũng muốn có được một cuộc sống tương đối đầy đủ, nhưng thế nào là tương đối đầy đủ? Ta có một tiêu chuẩn nào để cho rằng đời sống vật chất của mình là đầy đủ chăng? Chắc chắn, tiêu chuẩn ở Hoa Kỳ sẽ không giống với đời sống của những người ở một quốc gia kém phát triển. Nhu cầu tối thiểu ở một nơi này có thể được xem là xa xỉ ở một nơi khác! Chúng ta nghĩ, phải có vật chất đầy đủ rồi mới có thể lo cho phần tâm linh của mình, nhưng ta có thể định nghĩa được thế nào là đầy đủ không? Ngày xưa, cụ Nguyễn Công Trứ có nhắc: *"Tri túc, tiện túc, đãi túc, hà thời túc."* Biết đủ là đủ, còn cứ chờ đợi thì biết đến bao giờ mới đủ, phải không Thầy?

Trong truyền thống Ấn Độ giáo, người ta thường chia cuộc đời ra làm 4 giai đoạn: tuổi nhỏ - học hỏi; tuổi thanh niên - thành lập gia đình và sự nghiệp; tuổi về hưu - từ giã thế giới bon chen; và tuổi già - lo về phần tâm linh. Họ phân chia cuộc đời thành những giai đoạn khác biệt, và mỗi lứa tuổi dành riêng cho những mục tiêu khác nhau. Nhưng Thầy biết không, theo tôi thì lối phân chia ấy không được thực tế lắm! Ta có thể nào cứ cả đời bon chen lo gầy dựng sự nghiệp, rồi chờ khi lớn tuổi mới bắt đầu nghĩ đến vấn đề tâm linh? Nếu cả đời ta đi huân tập những thói quen, tập quán của cuộc sống, dính mắc đủ chuyện, rồi một sớm một chiều ta có thể nào đơn giản buông chúng xuống được dễ dàng không? Một thân cây cả đời nghiêng về hướng đông, chỉ một ngày có thể ngả về hướng tây được chăng?

Đạo Phật là con đường đi ở giữa. Chúng ta không thể chối bỏ bất cứ một bên nào được hết, vật chất hoặc tâm linh. Tôi nghĩ, nếu ta bỏ bên này thì ta cũng sẽ mất luôn bên kia. Ta không thể nào chỉ trông cậy vào phép lạ, niềm tin để sống mà bất cần đến đời sống vật chất, hoặc coi thường tất cả những sự việc khác trong cuộc đời. Vật chất cũng có thể hỗ trợ và làm phong phú cho phần tâm linh của ta rất nhiều, và ngược lại cũng thế. Câu trả lời nằm ở sự tu học của chúng ta. Cụ Nguyễn Hiến Lê có khuyên con cháu mình rằng, sống ở đời, cuộc sống vật chất của ta nên dưới trung bình một chút và đời sống tâm linh nên trên trung bình một chút, cụ viết trong Hồi Ký: *"Khi nghèo thì phải tận lực chiến đấu với cảnh nghèo vì phải đủ ăn mới giữ được sự độc lập và tư cách của mình. Nhưng khi đủ ăn rồi thì đừng nên làm giàu, phải để thì giờ làm những việc hữu ích mà không vì danh vì lợi. Giá trị con người ở chỗ làm được nhiều việc như vậy hay không."* Tôi nghĩ, nghèo quá thì ta dễ bị mất tự do, đôi khi có thể mất đi nhân phẩm của mình. Nhưng giàu sang quá thì ta có thể dễ bị kẹt vào sự tham đắm, dính mắc và có thể quên đi những gì mới là hạnh phúc chân thật.

Có lẽ không bao giờ có thể tìm được một câu trả lời chung làm thoả mãn tất cả mọi người. Vấn đề là ta thật sự muốn gì, và đó là một vấn đề rất cá nhân. Tôi nghĩ, chúng ta cần dừng lại và tự hỏi mình câu hỏi ấy. Và ta cũng không nên vội vàng trả lời ngay. Hằng năm, số người về tham dự những khóa tu vì muốn được chuyển hóa khổ đau mỗi lúc lại càng đông. Nhất là những người phương Tây. Họ là những thành phần trí thức và rất thành đạt trong xã hội này. Đối với tôi, họ là những người đang có đầy đủ vật chất và thành công hơn tôi, nhưng vẫn chưa có hạnh phúc. Tôi có gặp một sư cô người Hoa Kỳ, cô tâm sự rằng trước khi đi tu cô đã từng có nhiều triệu bạc trong tay, nhưng vẫn không được hạnh phúc như bây giờ, khi cô không có gì cả! Không phải tôi nói rằng chúng ta nên coi thường địa vị, của cải, vật chất trên đời này. Cuộc đời này vẫn rất cần những người kỹ sư, bác sĩ, những chuyên gia và thương gia, những người thành đạt trong xã hội... nhưng hãy là những con người có hạnh phúc, thật sự hạnh phúc!

Vấn đề tham muốn

Thầy ơi, trên tu viện các thầy cô thường nhắc đến chuyện đi suối. Nghe nói trên ấy chỉ có thầy Viện Trưởng với Thầy và vài người nữa thôi mới có dịp đi suối. Nói *"có dịp"* cho oai vậy thôi chứ nghe kể đi suối cũng mất cả ngày. Đường đi là những con dốc phủ một lớp lá khô dày, loại lá thông dài, tròn và nhỏ, và những vách đá cheo leo, gập ghềnh, ai thấy cũng ngán.

Mà đó là chưa kể chuyện gặp sư tử núi hoặc chó sói nữa! Bé Diệu Phương, Diệu Thư, Minh Nghĩa có về cho tôi xem hình năm ngoái Thầy dẫn chúng đi suối. Mỗi lần nhắc lại, chúng nói: *"Bác không tưởng tượng được nó 'ghê' như thế nào đâu!"* Tôi cũng thích mạo hiểm, nhưng lần sau nếu Thầy có rủ thì chắc tôi cũng sẽ lấy cớ là mình không còn *"trẻ"* như xưa nữa! Bé Diệu Phương, Diệu Thư mà còn thấy *"ghê"* thì tôi thật không dám!

Trên tu viện có nhiều cảnh đẹp thật Thầy nhỉ! Những đêm khuya đứng ngoài hiên cốc Trăng Lên nhìn lên bầu trời cao tôi thấy hiện rõ dãi Ngân Hà. Có lần Thầy chỉ cho tôi sự di chuyển rõ rệt của ngàn triệu vì sao trên bầu trời đêm. Những đêm có trăng, rừng núi tu viện thật sáng và sống động. Tôi đi không cần mang đèn và thấy bóng mình đổ dài trên con đường dốc nhỏ. Vào những sớm bình minh trên tu viện, tôi thích thức dậy sớm ra ngoài hiên thiền đường đứng nhìn mặt trời mọc. Mặt trời không lên từ chân trời mà xuất hiện ngay giữa những tầng mây. Trên tu viện, chúng ta không ngước lên nhìn mây mà cúi xuống nhìn mây. Mây mênh mông mỗi sáng từ ngoài vịnh kéo vào nơi tôi đứng. Đôi khi tôi cũng mơ được thấy mình là mây thênh thang ngoài kia!

Thầy biết không, mấy năm trước tôi có viết

một bài văn ngắn về những ước muốn của tôi trong quyển *Lời kinh xưa, buổi sáng này*. Tôi có gửi cho Thầy xem, chắc Thầy vẫn còn nhớ! Có một bác đọc xong nhắc khéo tôi rằng, *"Tu thiền là sống trong hiện tại, sao còn ước muốn xa xôi, này nọ nhiều thế!"* Mà trong đạo Phật mình có được phép ham muốn một cái gì không Thầy nhỉ? Hơn mười mấy năm trước, tôi có đi tham dự một khóa tu. Trong bài pháp thoại, vị thiền sư có nói rằng, trên con đường tu tập, muốn cho con đường mình đi được an vui và lâu dài, mỗi chúng ta cần phải có một sự tham muốn lớn, thật lớn. Ngày ấy tôi không đồng ý với lời dạy đó, tôi có nêu câu hỏi rằng đạo Phật dạy chúng ta phải diệt dục, diệt sự ham muốn, tại sao Thầy lại dạy chúng tôi nên có một sự ham muốn! Vị Thầy nhìn tôi đáp: *"Khi ta có một sự ham muốn cao thượng, to lớn thì những sự ham muốn nhỏ nhen của cuộc đời sẽ không còn động chuyển đến ta được. Sự ham muốn mà ta nói đây chính là cái tâm bồ-đề của mình, sự ham muốn được giác ngộ, giải thoát."* Thầy biết không, tôi được học rằng phát tâm *bồ-đề* cũng có nghĩa là một sự ham muốn lớn.[1] Nếu cái ta muốn là một phương trời cao rộng thì mình đâu còn bị dính mắc vào những góc nhỏ khổ đau nữa làm gì!

---

[1] Phát tâm Bồ-đề tức là phát tâm cầu được quả Phật, không cầu được các quả vị Thanh văn, Duyên giác cho đến các quả vị Bồ Tát quyền thừa. Vì thế mà nói là sự ham muốn rất lớn.

Như vậy thì tu tập đâu có nghĩa là để dẹp hết tất cả mọi ham muốn, phải không Thầy? Người ta thường nghĩ đến đạo Phật như là một đạo diệt dục, có nghĩa là người tu phải diệt hết mọi ham muốn. Bởi họ nghĩ hễ còn ham muốn là ta sẽ còn khổ đau. Nhưng thế nào là dục, là ham muốn? Trong cuộc đời có những cái dục dẫn ta đến khổ đau, và cũng có những cái dục đưa ta đến sự thảnh thơi, hạnh phúc. Như Phật cũng có dạy chúng ta phải biết ham muốn thăng tiến và đi lên. Chẳng phải *Dục như ý túc là một trong bốn điều như ý túc* mà ta cần phải có đó sao?

Thật ra thì *lòng ham muốn không có nguy hại, chỉ có sự dính mắc và mê đắm mới là đáng sợ* mà thôi! Theo tôi nghĩ, sự ham muốn cần trừ bỏ chính là những thứ dính mắc mà đức Phật thường nhắc nhở chúng ta như là tiền tài, sắc đẹp, danh vọng, ăn uống và ngủ nghỉ chẳng hạn. Tôi nghĩ chúng ta vẫn có thể muốn cho cuộc đời này được đẹp hơn, người chung quanh ta bớt khổ đau hơn, trái đất này xanh hơn, những bước chân của ta được khoan thai hơn, và dòng suối nhỏ được trong hơn...

Vị thiền sư của tôi nói đúng, khi cái muốn của ta rộng lớn nó sẽ bao trùm tất cả, không còn bị dính mắc vào đâu, và những tham muốn nhỏ sẽ không còn khả năng trói buộc gì được ta. Thảo nào mà những vị Bồ Tát lại có những cái muốn to tát như là cứu giúp hết mọi người, chuyển hóa hết mọi phiền não, thực tập hết mọi pháp môn và thành tựu hết mọi đạo quả... Những cái muốn ấy, dục ấy, trong kinh gọi là *nguyện*.

Thầy biết không, có lần nói chuyện với một người bạn, anh ta bảo, nếu sống mà không có hạnh phúc của tiền tài, sắc đẹp, danh vọng, ăn uống, ngủ nghỉ thì cuộc đời này còn có gì đáng sống nữa chứ? Nếu như trên cõi Tịnh độ hay Thiên đàng mà không có những thứ đó thì anh ta không cần lên đâu, thà ở những cõi khác vui hơn! Anh ta nghĩ rằng hạnh phúc phải được làm bằng những thứ đó, bỏ chúng ra thì cuộc đời sẽ không còn gì là hạnh phúc nữa, không còn đáng để sống nữa! Làm như hạnh phúc của cuộc đời này chỉ có bấy nhiêu đó thôi vậy! Thật ra, ta cũng không thể nào chối bỏ được ảnh hưởng của những thứ ấy trong cuộc sống của mình. Chúng có thể giúp đời sống ta được dễ chịu hơn, thoải mái hơn. Nhưng nếu bảo rằng không có những cái ấy cuộc đời này sẽ trở hành hư vô, trống không thì tôi thấy hơi quá! Nhiều khi, chính những quan niệm như thế về hạnh phúc đã nuôi dưỡng mầm mống khổ đau trong cuộc đời này!

Sống trong một xã hội tiêu thụ, chúng ta bị điều khiển bởi những thôi thúc chung quanh, bị đánh lừa bởi những hạnh phúc hào nhoáng, đầy sôi động và kích thích bên ngoài. Nhưng có điều là những thứ hạnh phúc ấy không bao giờ tồn tại lâu, và ta lại cứ phải đi tìm một cái khác. Ta sẽ không bao giờ thấy được những gì chúng ta đang có có thể đã là quá đủ!

Mà nếu những gì chúng ta đang có không thể mang lại cho mình hạnh phúc, thì lý do gì ta lại nghĩ rằng, có thêm những cái khác nữa sẽ giúp mình có hạnh phúc? Nếu chúng đã có thể đem lại hạnh phúc, thì ta đâu cần tìm kiếm thêm nữa làm gì? Có lần tôi nói đùa với một người bạn là tôi nghĩ chúng ta ai cũng đều có đầy đủ hết rồi, nhưng mình chỉ *cảm thấy thiếu thốn* khi nhìn sang người bên cạnh! Sống trong cuộc đời mà ta cứ phải đi tìm cầu hạnh phúc ở bên ngoài mãi thì có gì là vui đâu Thầy nhỉ! Nhưng không phải tôi khuyên người bạn tôi nên buông bỏ hết tất cả những thứ ấy. Tôi chỉ muốn nói với anh rằng, tiền bạc, vật chất và danh vọng có thể mang lại cho ta những thú vui, giúp cho đời sống ta được dễ chịu hơn, thú vị hơn, nhưng không nhất thiết nó sẽ mang lại cho ta cái hạnh phúc bền vững mà ta tìm cầu!

Mấy năm trước tôi có gởi tặng Thầy một quyển sách có tựa đề *"Nơi ấy cũng là bây giờ và ở đây"*. Tôi thích cái tựa dịch đó lắm. Vì nơi nào mình đến mà chẳng phải là *bây giờ* và *ở đây*?

Nếu bây giờ ta đang có những phiền muộn, khổ đau thì ta có bỏ đi đâu cũng vậy thôi, nơi ấy cũng sẽ có những phiền muộn và khổ đau. Nếu chiếc lá vàng mùa thu nơi này không đẹp thì chiếc lá vàng nơi nào sẽ đẹp? Nếu những gì ta đang có trong tay vẫn chưa đem lại cho ta hạnh phúc, thì có thu thập thêm cho nhiều đi nữa, làm sao ta chắc rằng ta sẽ có hạnh phúc?

Ở xã hội này tôi thấy người ta bận rộn lắm. Không chỉ bận rộn trong việc làm, mà còn bận rộn trong lúc nghỉ ngơi và giải trí nữa. Người ta lúc nào cũng phải làm một việc gì, tìm kiếm một cái gì đó... Tôi nghĩ, chúng ta luôn tìm kiếm một cái gì sắp tới, hy vọng có thể mang lại cho mình hạnh phúc. Một chuyến đi, một cuộc tình, một chiếc xe mới, một cuốn phim, một dự án, một cuộc gặp gỡ... Có lẽ vì bên trong tâm hồn chúng ta còn trống vắng quá! Vì sợ đối diện với khoảng trống ấy, nên nhiều khi chúng ta muốn đi tìm một hơi ấm từ bên ngoài, dù vẫn biết rằng nó rất phù du. Những ngày cuối tuần Thầy có dịp xuống phố không? Thầy sẽ thấy người ta chen lấn nhau để đi tìm quên lãng, trong tiếng cười nói ồn ào, bên ly rượu, dưới ánh đèn màu. Nhưng rồi khi về lại căn phòng nhỏ của mình, họ cũng chỉ thấy có riêng ta *"soi bóng mình giữa tường trắng lặng câm..."*.

Cuộc đời có nhiều thứ hạnh phúc. Có những

hạnh phúc mang ta đến hạnh phúc và có những hạnh phúc đưa ta đến khổ đau. Có những cuộc vui mang lại cho ta một sự bình yên và tĩnh lặng, ta gọi là an lạc. Và có những thú vui đem lại cho ta sự dính mắc, đó là những niềm vui của dục lạc, chúng trói buộc ta. Những hạnh phúc của tiền tài, danh vọng chúng rất là quyến rũ và kích động, nhưng ta có nên gọi đó là hạnh phúc không?

Tôi nghĩ, hạnh phúc phải có hai yếu tố là vững chãi và thảnh thơi. Hạnh phúc thật sự phải nuôi dưỡng thêm hạnh phúc và phải có khả năng khai phóng tôi. Tôi nhớ trong thần thoại Hy Lạp có câu chuyện về một vị thần, anh ta mải mê đeo đuổi theo hình bóng của một người đẹp. Nhưng đến khi anh ta bắt được nàng rồi thì cô ta lại hóa thành một thân cây, trong khi anh ta đứng đó bàng hoàng và bối rối. Câu chuyện ấy nhắc nhở chúng ta rằng hạnh phúc trên cuộc đời không bao giờ có thể mang lại sự an ổn cho ta, vừa bắt được thì nó đã trở thành nhàm chán và tầm thường. Nhưng có lẽ người ta vẫn cứ tìm kiếm và theo đuổi mãi, vì họ không tin cuộc đời này còn có một hạnh phúc nào khác hơn!

Tôi mong người bạn sẽ đến tham dự khóa tu một lần cho biết! Một bước chân thiền hành, đi cạnh người thân thương, trên đồi cỏ, dưới trời xanh... tất cả đều là những yếu tố nuôi dưỡng hạnh phúc của ta! Tiếp xúc được với những hạnh phúc ấy sẽ giúp ta trân quý cuộc đời mình hơn, nhất là những gì mình đang có trong tay.

Mấy năm trước, có một anh bạn trẻ đến tham dự khóa tu lần đầu tiên. Cuối khóa tu, anh chia sẻ rằng vào những ngày đầu, anh thắc mắc tại sao chúng ta lại phải đi đứng chậm rãi, và lại chắp tay chào nhau mỗi khi tiếp nhận một vật gì, hoặc trước khi ngồi xuống trên tọa cụ! Anh nói, sau vài ngày thực tập, một buổi sáng bước ra khỏi phòng, bên ngoài mọi người đang đi thiền hành trên đồi cỏ, anh ngước lên nhìn trời xanh mây trắng, bỗng dưng anh cảm thấy không gian chung quanh mình đẹp lạ thường. Trong giây phút ấy, bất chợt anh tự động chắp tay lại và cúi xuống, cám ơn một hạnh phúc. Hạnh phúc không thể là một ý niệm mà phải là một sự chứng nghiệm. Tôi nghĩ, tu tập không có nghĩa là ta sẽ chối bỏ những niềm vui của cuộc đời. Trong sự tu tập, ta vẫn biết thưởng thức và tiếp xúc với hạnh phúc và những cái đẹp, những cái đẹp tốt lành và chân thật!

Hạnh phúc là vấn đề chung

Thầy có nhớ gia đình chị Quảng Diệu Hiền, Quảng Diệu Hảo, gia đình chị Mỹ Hạnh đã đến tham dự khóa tu năm ngoái? Các chị có những em bé chưa được hai tuổi cũng đã mang đến tham dự khóa tu. Đi tham dự một khóa tu mà được đi cùng với cả gia đình là một điều vô cùng may mắn! Có những gia đình mà cả ba thế hệ đều đi tu tập chung với nhau. Một hình ảnh thật đẹp phải không Thầy?

Và cũng có những anh chị đến dự khóa tu một mình. Các anh chị đi với bạn bè, chứ người trong gia đình không có ai đi chung. Mà đó là một vấn đề rất phổ thông. Trong giờ ngồi lại chia sẻ với nhau, vấn đề này được các bạn đặt ra nhiều lần. Những người thân của ta không tin vào chuyện tu học này, họ không nghĩ đây là chuyện gì có ích lợi. Họ không cảm thấy sự tu học là cần thiết cho bản thân. Thời giờ nghỉ hè để đưa gia đình đi chơi xa, đi biển, đi du lịch đây đó có vui hơn không! "Tội gì phải đi tu học, vừa cực thân mà lại không thực tế." "Ai mà không biết tu là gì, và tu nơi nào mà chẳng được, cần gì phải đến những khóa tu!" Trong nhóm trẻ có nhiều bạn nêu lên vấn đề ấy. Mà các bác cũng vậy, các bác thấy khóa tu có thật nhiều lợi lạc nhưng không biết làm sao có thể khuyên nhủ con cháu mình đi tham dự chung. Thầy có ý kiến gì giúp cho các bác không?

Tôi thì chỉ khuyên các bạn ấy nên cố gắng thực tập cho thật sâu sắc trong những ngày sống nơi đây. Chúng ta đến đây cũng là một sự cố gắng rất lớn rồi. Chúng ta vẫn có thể giúp cho những người thân không đến được khóa tu, bằng sự thực tập của chính mình. Ta tập đi đứng cho thật vững chãi và cho thật khoan thai. Vì hạnh phúc của ta sẽ là hạnh phúc của người mình thương. Nhìn cho sâu, ta sẽ thấy sự có mặt của ta nơi đây cũng là sự có mặt của những người thân của mình, vì sự an ổn, vững vàng của ta sẽ ảnh hưởng đến họ. Có một chị trong ngày cuối khóa tu đến chào để ra về, chị nói: "Những ngày sống ở đây tôi thấy thật an vui và hạnh phúc. Tôi rất thích đi tu học. Nhưng thôi, chào anh, bây giờ tôi lại trở về với những vấn đề của riêng tôi." Chị là người đến tham dự khóa tu với một người bạn. Người chồng của chị không tham dự vì anh ta không thấy thích hợp với *mấy chuyện tu học* này lắm. Tôi chào chị, và nhắc nhở chị về những gì chị đã kinh nghiệm được trong mấy ngày qua. Ta không thể chuyển hóa người khác bằng giáo lý, bằng kiến thức, mà là bằng sự thực tập của chính mình. Sự an lạc của ta là một năng lượng chuyển hóa rất mầu nhiệm. Và nếu về nhà, anh có hỏi đi khóa tu này chị có thu thập, học hỏi được thêm những gì mới lạ không, chị nên trả lời rằng chị không thu thập thêm gì hết, mà chỉ bỏ bớt đi thôi. Bỏ bớt những muộn phiền, những lo âu và những giận hờn của mình!

Tôi nghĩ sự tu tập của chúng ta, nhất là trong những gia đình mà người chung quanh chưa quen với vấn đề tu học, ta nên bớt đi vấn đề hình thức. Nhất là trong đời sống hằng ngày. Một khóa tu có sự thực tập dành cho một khóa tu, và trong sở làm, gia đình ta cũng có sự thực tập trong môi trường của sở làm và gia đình. Ta không thể dùng chương trình của khóa tu đem về áp dụng cho người thân mình được. Mà tôi nghĩ trong gia đình và sở làm ta lại có nhiều cơ hội để thực tập hơn. Ta thực tập lắng nghe, ta thực tập nhìn để hiểu, ta tập tha thứ, ta tập bước những bước chân thảnh thơi trong những ngày có lắm mưa, khi chung quanh ta mọi người đang vội vã, xô đẩy nhau đi tìm hạnh phúc. Khi trở về sau khóa tu, chắc chắn là ta phải có sự thực tập cho riêng mình, nhưng sự thực tập ấy, tôi nghĩ, phải thông minh và khéo léo!

Và cũng có những trường hợp trong gia đình mà người thương của mình lại là người không cùng một tôn giáo. Vấn đề này cũng đã gây nên không ít khổ đau cho nhau. Chắc Thầy cũng đã chứng kiến điều ấy. Tôi thấy có những trường hợp tan vỡ và tôi cũng đã thấy có những sự chuyển hóa, hòa hợp thật bất ngờ của cả hai bên. Có một thiền sinh phương Tây đã chia sẻ như thế này, gia đình cô ta là một gia đình theo Thiên Chúa giáo. Ba má cô rất tức giận khi thấy cô tu tập theo đạo Phật. Nhưng từ khi cô buông bỏ những hình thức bên ngoài, cố gắng thực tập lắng nghe, đem tình thương đối lại với ba má cô thì có một sự thay đổi rất lớn. Ông bà chấp nhận và thương cô hơn xưa. Cô nói: "Gia đình tôi rất ghét tôi khi tôi làm một Phật tử, nhưng lại rất yêu quý tôi khi tôi là một vị Phật!"

Hạnh phúc trong gia đình rất quan trọng, và nó phải được bắt đầu bằng hạnh phúc của chính ta. Tôi thấy trong xã hội ngày nay, nhất là trong thế giới phương Tây, người ta ít xem vấn đề hạnh phúc gia đình là quan trọng. Chúng ta ai cũng có những hoài bão, những sự nghiệp, những ưu tiên khác nhau, mà trong đó vấn đề cảm thông và hiểu nhau chỉ là thứ yếu. Người ta thường nghĩ về quyền lợi cá nhân của mình nhiều hơn. Trong một thời đại mà chúng ta có đủ phương tiện để có thể liên lạc với bất cứ ai trên trái đất này, nhưng lại không thể cảm thông được người thương sống cạnh mình là điều thật đáng buồn Thầy nhỉ! Những kỹ thuật tân tiến ngày nay giúp trái đất này trở nên nhỏ bé hơn mấy chục năm trước, nhưng vẫn chưa có khả năng làm cho chúng ta gần gũi nhau hơn.

Nhưng thật ra, dù muốn hay không, chúng ta cũng có những liên hệ mật thiết với nhau hơn là mình nghĩ. Tôi nghĩ trong đạo Phật cái "*ta*" không quan trọng. Cái "*ta*" đó chỉ có thể hiện hữu với một cái gì khác. Sự sống của ta có mặt nhờ vào sự liên hệ với những sự sống khác chung quanh. Vì vậy mà hạnh phúc của ta cũng là hạnh phúc của kẻ khác, và khổ đau của kẻ khác cũng là khổ đau của ta. Khi người thân thương của ta đau khổ thì ta có thể ngồi an ổn được không?

Hạnh phúc không bao giờ là chuyện riêng tư, cá nhân được. Ta không thể đóng kín mình lại và bỏ mặc hết chuyện chung quanh. Và cũng nhờ hạnh phúc là chuyện chung nên ta biết rằng, khi ta được an vui và hạnh phúc thì chắc chắn rằng người chung quanh ta sẽ có được hạnh phúc.

Mỗi năm chắc Thầy phải đi máy bay nhiều lần, theo Thầy Viện Trưởng đi hướng dẫn những khóa tu. Trước khi phi cơ cất cánh, tôi nhớ người tiếp viên bao giờ cũng hướng dẫn chúng ta cần phải làm gì trong những trường hợp khẩn cấp. Trong trường hợp khi bên trong phi cơ bị thiếu dưỡng khí, sẽ có những mặt nạ dưỡng khí đưa ra cho mỗi người. Và nếu ta có đi chung với các em còn nhỏ, bổn phận của ta là mang mặt nạ cho mình trước hết, rồi mới lo cho các em nhỏ sau. Vì muốn lo cho sự an toàn của em bé cạnh bên mà ta phải mang mặt nạ dưỡng khí cho chính mình trước. Cũng vậy, trong đời sống hằng ngày, cái mà người chung quanh cần ở nơi ta là sự an ổn và hạnh phúc của chính ta. Ta không thể nào ban cho người mình thương những gì mình không có!

Vì hạnh phúc không thể là chuyện cá nhân nên tôi biết rằng niềm vui của tôi cũng sẽ là niềm vui của những người tôi thương. Và vì vậy mà tôi biết quý trọng sự tu học của chính mình. Vì hạnh phúc của người thương mà ta tập ngồi cho yên tĩnh, đi cho thong dong. Có bạn khi nghe nói hạnh phúc không thể là chuyện cá nhân họ lại không đồng ý, vì như vậy có nghĩa là mình không bao giờ có hạnh phúc trừ khi những người thân của mình có hạnh phúc? Nhưng tôi nghĩ khác, hạnh phúc là vấn đề chung có nghĩa là hạnh phúc của những người tôi thương được bắt đầu bằng sự an lạc của chính tôi.

Thầy có thấy những năm gần đây trong các khóa tu chúng ta có những chương trình riêng cho các em thiếu nhi. Nhớ mấy năm trước đi dự khóa tu, chúng tôi mỗi người tay bế, tay bồng. Các ba má phải thay phiên nhau giữ các em để người kia được đi tham dự những giờ pháp thoại, pháp đàm. Vậy mà bây giờ các em đã đứng cao hơn ba má, trở thành những thanh niên và thiếu nữ hết cả rồi. Trong lứa tuổi này các em lại rất cần sự hướng dẫn của người lớn hơn bao giờ hết. Vì vậy mà trong khóa tu, chương trình dành cho các em cũng phải thay đổi luôn để được thích hợp hơn. Vào lứa tuổi đang lớn, muốn hướng dẫn các em là một thử thách không nhỏ. Nhất là trong các vấn đề bè bạn và học hành. Xã hội mà các em đang lớn lên chú trọng nhiều đến vấn đề tự do cá nhân và đề cao vật chất hơn tâm linh. Đa số các em cũng bị những ảnh hưởng ấy, nhất là vào lứa tuổi này, các em ưa thích mạo hiểm và không còn chấp nhận đường lối cũ. Tôi cũng có những kinh nghiệm qua các giờ hướng dẫn các em. Các em nghĩ rằng mình thông minh và biết nhiều hơn chúng ta ngày xưa, vì vậy chúng ta cũng cần đặc biệt cởi mở trong sự truyền thông với các em hơn.

Tôi thấy, muốn hướng dẫn các em, chúng ta cần rất nhiều tình thương. Nhưng tình thương không có nghĩa là sự chiều chuộng vô ý thức. Có nhiều bậc cha mẹ chủ trương để cho các em được tự do phát triển, muốn làm gì thì làm. Nhất là các em nhỏ. Những em này gây rất nhiều khó khăn cho các em khác. Đôi khi cũng có những trường hợp vì bậc cha mẹ bận rộn với đời, không có thì giờ dành cho các em, nên đôi khi họ đền bù lại bằng cách chiều chuộng các em quá mức. Có bậc cha mẹ nghĩ rằng xã hội phương Tây được tiến bộ và văn minh là nhờ trẻ con được tự do phát triển, nhờ vậy mà các em có thể phát huy tinh thần độc lập và sáng tạo của mình. Theo tôi thì để cho các em có sự tự do phát triển cũng là một điều rất cần thiết, nhưng chúng ta cũng cần hướng dẫn cho các em cách sống chung với người khác. Có lần thầy Viện Trưởng nói rằng, một cây lớn lên trong rừng được để mọc tự do cũng có vẻ đẹp của nó, nhưng vì vậy mà nó cũng mọc hoang dại và chen lấn sang những cây khác. Mà hình như tôi thấy rằng bên đây những bậc cha mẹ trẻ nuông chiều con hơn ở bên nhà mình, Thầy có thấy vậy không?

Hạnh phúc ở mọi chặng đường

Thầy biết không, tôi nghĩ sự tu học bao giờ cũng phải cống hiến cho ta một phương pháp thực tập, một cái gì cụ thể. Sự tu học của ta không thể chỉ dựa trên niềm tin, hoặc những lý thuyết siêu hình và trừu tượng. Con đường thực tập cần phải được làm bằng những bước đi vững chắc và cụ thể! Tôi nghĩ, những người đến tu học, cho dù với một hoài bão hay kỳ vọng nào, có một khó khăn hoặc khổ đau nào, đạo Phật cũng vẫn có thể giúp được cho người ấy. Cho dù ta có là một bác sĩ, kỹ sư, một nhà kinh tế, một học sinh, hoặc một người vợ, một người chồng, một người cha, một người con... sự tu học vẫn có thể giúp cho ta giải quyết được những vấn đề của riêng mình. Vì tất cả đều là sự sống, mà đạo Phật dạy cho ta một phương pháp sống hạnh phúc và tự tại.

Thiền sư Lâm Tế có viết: *"Phép lạ là đi trên mặt đất."* Tôi tu học không phải để được đi trên mây, để khiến mình trở nên kỳ dị và khác thường với những người chung quanh. Tôi tu học để tôi có thể thật sự sống đời sống của tôi, ý thức được những gì đang xảy ra chung quanh tôi, và để tôi có thể thật sự làm những gì mình muốn làm. Tôi muốn mình có thể thật sự đặt những bước chân mầu nhiệm trên mặt đất xanh tươi này.

Mấy ngày đầu trong khóa tu Thầy cũng thấy những thiền sinh mới đến, những bước chân của họ in rõ những dấu vết của sự muộn phiền, lo nghĩ. Chúng ta tuy sống trong hiện tại nhưng thường đi trên mặt đất tiếc nuối của ngày hôm qua, hoặc lo âu của những ngày sắp tới. Phép lạ là làm sao ta có thể thật sự đi trên mặt đất này bằng những bước chân chậm rãi và an ổn trong giờ phút hiện tại, phải không Thầy!

Trong một khóa tu đông người, trong giờ pháp đàm chúng ta thường chia ra nhiều nhóm nhỏ. Mỗi nhóm được sắp xếp tùy theo nhu cầu riêng của người tham dự. Có nhóm muốn chia sẻ về vấn đề gia đình, sự truyền thông giữa vợ chồng, hoặc cha mẹ với con cái. Có nhóm cần chia sẻ, trao đổi về vấn đề sự nghiệp, việc làm. Có nhóm muốn bàn thảo về vấn đề tình yêu, tuổi trẻ, bè bạn. Hoặc có nhóm muốn đi sâu hơn về thiền quán, về phương pháp thực tập, về vấn đề giải thoát và giác ngộ. Trong khóa tu ta cần phải nghĩ đến để đáp ứng hết mọi nhu cầu thực tiễn ấy.

Vấn đề kinh nghiệm và thực tập bao giờ cũng quan trọng hàng đầu. Những người hướng dẫn cho các nhóm không cần phải là người có nhiều kiến thức sách vở, mà phải là người có kinh nghiệm thực tập căn bản, biết lắng nghe, không có thành kiến, và biết sử dụng tình thương, hiểu biết trong lời nói. Tôi tin rằng chúng ta *chỉ có thể chia sẻ với người khác những gì thật sự là của mình mà thôi*. Dù vậy, trong những giờ pháp đàm đôi khi ta vẫn còn bị lôi kéo vào vấn đề lý thuyết và kinh điển nhiều quá. Tôi không nói rằng bàn luận về những vấn đề này là vô ích, nhưng tôi nghĩ chúng ta cũng có thể bàn thảo về những vấn đề có liên hệ trực tiếp với mình hơn, như là làm sao để có hạnh phúc, kinh nghiệm tu tập của mình trong gia đình, ngoài xã hội... Trong chúng ta ai cũng có thể chia sẻ và học hỏi được, mà đó cũng là Phật pháp!

Thầy ơi, có vài người đi tham dự khóa tu học về nói rằng, trong chương trình, giờ ngồi thiền của chúng ta sao ít quá! Họ đề nghị ta nên tăng thêm giờ ngồi thiền. Thầy nghĩ sao? Tôi thì thấy như vậy là vừa rồi. Những ai thích thực tập ngồi thiền vẫn có thể chọn ngồi nhiều hơn. Chương trình của khóa tu vẫn có thời gian dành cho việc ấy, nếu người ta muốn.

Theo tôi thì sự thực tập của chúng ta không thể tách rời với sự sống. Sự sống và những sinh hoạt hằng ngày vẫn có thể là một môi trường tốt để cho ta thực tập, và thực tập một cách sâu sắc. Từ thiền đường trở về phòng, ta vẫn có thể thực tập thiền quán. Trong phòng tắm, vào phòng ăn, trong giờ nghỉ ngơi... có bao giờ mà ta lại không có cơ hội thực tập đâu, phải không Thầy! Nếu ta có một không gian yên tĩnh để cho mình ngồi xuống trên tọa cụ và thực tập thì không còn gì bằng. Nhưng cuộc đời ít khi cho chúng ta có được cơ hội ấy! Chắc Thầy cũng nhớ câu chuyện của một người ngoại đạo đến hỏi Phật: "Tôi nghe người ta nói ông dạy đạo sống an lạc và giác ngộ, thế thì mỗi ngày các ông ở đây thực tập như thế nào?" Phật đáp: "Ở đây mỗi ngày chúng tôi ăn, uống, đi, đứng, nằm, ngồi." "Như vậy có gì là khác biệt, là khó đâu? Ai mà chẳng đi, đứng, nằm, ngồi?" Phật đáp: "Nhưng chúng tôi ở đây khi đi biết là mình đi, khi đứng biết là mình đứng, khi ngồi biết là mình ngồi, và khi nằm chúng tôi biết là chúng tôi nằm!"

Thầy biết không, có người hỏi chúng tôi thêm rằng: "Có ai đi mà không biết mình đi, ngồi mà không biết mình ngồi, thở mà không biết mình đang thở đâu?" Chúng ta có thể mất công giải thích hết giấy mực, nhưng thật ra nhiều khi chỉ cần mời người ấy đến thực tập với chúng ta mà thôi, phải không Thầy!

Nhớ có một lần tôi hỏi Thầy Viện Trưởng rằng, không biết các tôn giáo khác họ có dạy về uy nghi và tế hạnh không, chứ trong đạo Phật, việc giữ gìn uy nghi là bước đầu tiên căn bản và rất cần yếu trong sự tu học. Trong những khóa tu chúng ta cũng chú trọng đến việc thực tập uy nghi. Thật ra, uy nghi chỉ có nghĩa là mình có ý thức rõ ràng về mỗi hành động của mình. Uy nghi là một phương cách để ta thực tập chánh niệm, để khi đi ta biết là mình đang đi, khi ngồi ta biết là mình đang ngồi... Chúng ta bỏ bớt những cử động hấp tấp và thừa thãi vô ý thức. Nhiều khi chúng ta có quá nhiều những thói quen đi đứng vụt chạc, hối hả không cần thiết, mà vì quá quen nên mình không còn để ý đến chúng nữa, ta cho đó là tự nhiên.

Khi ta có ý thức rõ ràng về những cử động của mình, nó sẽ khiến những bước chân của ta nhẹ nhàng hơn, dáng ngồi của ta an ổn hơn và sự đi đứng của ta khoan thai hơn. Mỗi động tác tự nhiên sẽ trở nên đẹp hơn. Thầy biết không, trong khóa tu năm ngoái có một chị nhắc khéo là chúng tôi hơi lơ là trong việc chắp tay búp sen chào mỗi khi gặp nhau đó Thầy! Người ta thích được thực tập những cung cách, lễ nghi hay đẹp ấy! Tôi nghĩ sự thực tập trong thiền đường giúp cho sự thực tập bên ngoài thiền đường được nghiêm túc hơn, và ngược lại, sự thực tập bên ngoài thiền đường sẽ giúp cho việc ngồi thiền được thâm sâu hơn.

Phương pháp thực tập của chúng ta cần phải thích hợp và giải quyết được những khó khăn ngay trong cuộc đời này, cho thời đại này. Nhưng điều ấy không có nghĩa là chúng ta sẽ coi thường vấn đề sinh tử và giải thoát của mình. Thật ra, giải quyết được những khó khăn, phiền muộn của mình cũng đã là một sự giải thoát rồi, vì nếu không bớt đi sự dính mắc, trói buộc thì làm sao ta có thể thật sự giải thoát được! Phật có khi nào dạy chúng ta trên con đường thực tập, mình phải nhất thiết xa lìa cuộc đời này không Thầy nhỉ? Tôi đặt câu hỏi này, vì vẫn còn ngờ việc ấy. Trên con đường đi đến cứu cánh giải thoát cuối cùng, Phật có dạy chúng ta về sự thực tập *chánh mạng*.[1] Mà tôi nghĩ *chánh mạng* không thể nào là trốn tránh cuộc đời. *Chánh*

---

[1] Chánh mạng, là một trong Bát chánh đạo, có nghĩa là phương thức nuôi sống thân mạng một cách chân chánh, hay nói khác đi là chọn nghề nghiệp chân chánh.

mạng có nghĩa là phải sống với cuộc đời này sao cho thật trọn vẹn, với tình thương và tuệ giác!

Tôi nghĩ, chúng ta là ai, làm gì, đang ở trong hoàn cảnh nào, mình vẫn có thể thực tập hạnh phúc. Hạnh phúc bao giờ cũng có mặt trên con đường thực tập, như Phật nói: *"Con đường của ta tốt đẹp ở đoạn đầu, tốt đẹp ở đoạn giữa và tốt đẹp ở đoạn cuối."* Hạnh phúc không phải chỉ có mặt ở giai đoạn cuối của con đường tu tập mà thôi. Con đường tu học của ta là một con đường hạnh phúc, ta có thể bắt đầu bất cứ khi nào, bất cứ ở đâu, và ngay khi ấy nó sẽ làm cho cuộc sống của ta được tốt đẹp hơn lên.

Có người nghĩ rằng, trên con đường tu học chúng ta phải chịu khổ cực bây giờ để ngày mai được giải thoát. Việc ấy có lẽ chỉ đúng được phần nào mà thôi. Lẽ dĩ nhiên, sự tu tập đòi hỏi một sự tinh tấn, nhưng tôi nghĩ không có nghĩa là ta phải chịu khổ đau và trốn tránh cuộc đời.

Trong kinh Tương Ưng, có lần Phật nói: "Này các thầy, ví như có ai đến nói với một người rằng: 'Này bạn, vào buổi sáng bạn hãy đâm một trăm cây thương vào thân mình, vào buổi trưa bạn sẽ đâm một trăm cây thương, vào buổi chiều bạn sẽ đâm một trăm cây thương nữa... sau một trăm năm bạn sẽ giác ngộ được *Tứ diệu đế*.' Này các thầy, một người hiểu biết có thể nào chấp nhận điều ấy chăng? Này các thầy, ta không bao giờ nói rằng nhờ khổ và ưu mà *Tứ diệu đế* được chứng ngộ. Nhưng này các thầy, ta dạy rằng *nhờ lạc và hỷ* mà *Tứ diệu đế* được chứng ngộ!"

Tiếp xúc với hạnh phúc

Trên con đường tu học, chúng tôi thường được các thầy nhắc nhở phải biết tiếp xúc với hạnh phúc. Ta đâu cần phải giàu có hoặc có nhiều quyền lực mới có thể hưởng được những cái sang đẹp, cao cả của cuộc đời. Có lần, tôi nghe kể về một bài văn của nhà văn Pháp *Marcel Proust* viết gửi cho một anh thanh niên nghèo. Ông ta tưởng tượng ra chàng thanh niên ấy sống trong một căn gác nhỏ chật hẹp, sống một cuộc đời rất tầm thường. Anh ta ngồi một mình trong bóng tối, bên cửa sổ, mơ tưởng đến những cuộc sống xa hoa của xã hội *Paris* thời ấy, với những buổi tiệc linh đình, với những lâu đài tráng lệ, những buổi dạ vũ thâu đêm...

Ông *Proust* viết thư cho người thanh niên ấy. Biết anh đang buồn chán vì thấy cuộc đời mình quá tầm thường, ông muốn mời anh đi thăm bảo tàng viện *Lourve* ở *Paris* để xem tranh. Nhưng ông không đưa anh vào xem tranh của những lâu đài, về đời sống của những bậc vua chúa mà anh mơ tưởng. Ông sẽ mời anh ta vào xem phòng tranh của *Jean-Baptiste Chardin*, một danh họa Pháp thế kỷ 18. Điều đặc biệt là những bức tranh của *Chardin* không vẽ những gì kiêu xa, cầu kỳ. Đối tượng của ông là những tĩnh vật rất tầm thường như trái táo, chén rượu bạc, nồi nấu súp, ống điếu, chùm nho, một tủ chén... hoặc những sinh hoạt bình thường như là mẹ đi chợ về, cậu bé thổi bóng xà phòng... Những hình ảnh của sự vật tầm thường trong một cuộc sống bình thường. Nhưng màu sắc của những bức tranh ấy rất sống động và tuyệt mỹ. Chúng gợi cho ta thấy được một cái nhìn thật tươi mới và sâu sắc. Và sau khi dẫn anh thanh niên nghèo ấy đi xem những bức tranh tuyệt mỹ ấy xong, ông ta sẽ hỏi: *"Sao, bây giờ cậu đã thấy mình là người hạnh phúc hay chưa?"*

Những bức tranh này giúp ta nhìn lại những vật tầm thường quanh mình bằng một con mắt mới. Chúng nhắc nhở ta về cái đẹp của những sự vật trước mắt mình mỗi ngày, mà ta không thấy được. Sau chuyến viếng thăm ấy, chàng thanh niên nghèo sẽ hiểu rằng, những cái hay, cái đẹp, cái cao sang, cái chân thiện mỹ, không phải chỉ dành riêng cho bậc vua chúa, mà chính anh ta cũng có thể có được. Hạnh phúc đang có ngay trước mắt anh. Chỉ cần anh biết dừng lại mà nhìn cho sâu sắc. Mặt trời lúc hoàng hôn cũng đẹp mà một ngọn đèn dầu nhỏ cũng đẹp, trời mùa thu cũng đẹp mà một chiếc lá, cọng cỏ cũng đẹp. Trăng rằm mười sáu đẹp mà một con đom đóm lập lòe trên cánh đồng mùa hè cũng đẹp. Không có một cái gì trên đời này là tầm thường cả! Nếu mình chưa thấy có hạnh phúc thì phải biết cách làm cho mình có hạnh phúc. Mỗi năm chúng ta có tổ chức và đi tham dự những khóa tu cũng chỉ để làm việc ấy thôi. Chữ *"khóa tu"* vẫn làm cho một số bạn thấy ngại! Nhưng thật ra trong khóa tu ta chỉ thực tập bấy nhiêu đó thôi, thật sự có mặt với sự sống này, thực tập tiếp xúc với hạnh phúc. Sự sống này có những cái hay và đẹp, muốn tiếp xúc được với chúng, ta phải có mặt. Và việc ấy đòi hỏi nơi chúng ta một công phu, một sự thực tập.

Có lần trong một khóa tu, tôi có trình bày về vấn đề tiếp xúc với hạnh phúc trong giờ phút hiện tại. Trong bài nói chuyện, tôi có trình bày hai bức vẽ. Bức thứ nhất vẽ một cặp thanh niên nam nữ đang ngồi ăn ngoài trời, thảnh thơi trên bãi cỏ giữa trời rộng bao la. Bức vẽ thứ hai là một cặp thanh niên nam nữ đang nhảy nhót theo điệu nhạc trên một sàn nhảy đông người, với khói thuốc, đàn trống, âm thanh náo nhiệt... Tôi giải thích, bức vẽ thứ nhất tượng trưng cho niềm vui của những người sống trong hiện tại, và bức vẽ thứ hai là cuộc vui của những người bị lôi cuốn theo những khích động của giác quan trong giờ phút hiện tại.

Sau buổi nói chuyện, có một người bạn trẻ đến gặp tôi. Anh tâm sự: "Tôi hiểu điều anh muốn nói. Nhưng riêng cá nhân tôi, trong cuộc sống tôi vẫn thích chọn những cuộc vui được diễn tả trong bức vẽ thứ hai của anh hơn."

Tôi cũng hiểu những gì anh muốn nói. Anh đã nói lên một điều rất thực. Tôi rất đồng ý với anh, nếu ta chưa tiếp xúc được với niềm vui trong sự tu tập, của giờ phút hiện tại, thì ta khó có thể nào cưỡng lại được sự lôi cuốn của những thú vui kích động trong cuộc đời. Nếu ta chỉ biết có mỗi một thú vui qua sự kích thích của giác quan, thì làm sao ta có thể có một sự chọn lựa nào khác hơn được? Bỏ chúng đi, ta chỉ cảm thấy trống vắng mà thôi. Mà việc gì cũng vậy, nếu ta không cảm thấy hạnh phúc trong những gì mình đang làm, ta sẽ không chọn con đường ấy được dài lâu. Trên con đường tu học, khi ta có được niềm vui trong sự thực tập rồi, ta sẽ từ bỏ những thú vui khác rất dễ dàng, vì biết rằng chúng không mang lại hạnh phúc như mình nghĩ. Cũng giống như người đang cầm một hòn than nóng trong tay, ta sẽ tự động buông mà không cần ai khuyên bảo gì hết.

Thầy biết không, có lần có người hỏi chúng tôi làm sao có thể có được nhiều thì giờ quá vậy? Họ biết chúng tôi ai cũng đi làm, có gia đình bận rộn, vậy còn thì giờ đâu nữa để viết sách, làm báo, đi tu học, tham dự những ngày quán niệm... Hỏi vậy thôi, chứ tôi biết họ cũng đâu có ít thì giờ hơn tôi đâu! Tôi thấy có những người vừa đi làm, vừa đi học, có người bận rộn chuyện gia đình mà còn phải làm một lúc hai, ba việc, đeo đuổi hai, ba dự án... Thật ra, tôi nghĩ vấn đề chỉ là hạnh phúc nào chúng ta cho là quan trọng hơn mà thôi!

Sống trong hiện tại

Muốn tiếp xúc được với sự sống, điều trước tiên là ta phải có mặt. Và có mặt với sự sống đòi hỏi nơi chúng ta một sự thực tập. Trong một khóa tu ta chỉ thực tập bấy nhiêu đó thôi, thực sự có mặt với những gì đang xảy ra trong ta và chung quanh ta. Nhưng chúng ta có mặt không phải để chờ đợi một cái gì khác xảy ra, mà là để sống, thật sự sống. Nếu chúng ta để ý thì sẽ thấy rằng, đa số cuộc sống của chúng ta là một chuỗi dài chờ đợi. Chúng ta không có khả năng dừng lại để có mặt trong giờ phút hiện tại, mà chúng ta dừng lại để chờ đợi một việc gì đó. Ngày thường chúng ta chờ cho đến cuối tuần, khi cuối tuần ta lại chờ ngày đi làm! Khi đi thì ta mong lúc đến, khi đến ta chờ lúc về. Ta chờ nghỉ hè, chờ sinh nhật, chờ đi xa... Bao giờ cũng là chờ đợi một sự kiện gì đó sẽ xảy ra. Và trong khi nó xảy ra thì ta lại chờ đợi một cái khác hơn. Sự sống của ta chỉ có mặt trong tương lai. Như trong khóa tu, nếu thiếu thực tập ta cũng có thể sẽ quên đi những gì đang có mặt trong giờ phút này, và chỉ chờ đợi một cái gì sắp tới mà thôi. Có thể ta chờ đi ăn sáng, chờ nghe pháp thoại, chờ đi thiền hành, chờ đến giờ pháp đàm...

Tôi nghĩ, chúng ta không coi giờ phút hiện tại này là quan trọng có lẽ vì ta không thấy được sự nhiệm mầu của nó. Ta quên rằng sự sống của ta bao giờ cũng *chỉ có thể có mặt bây giờ và ở đây mà thôi.* Sự sống vẫn tiếp tục trong khi ta đang bận rộn chờ đợi một cái gì khác. Và nếu ta không ý thức được rằng, cuộc sống cũng là khoảng thời gian giữa những đợi chờ ấy, ta sẽ vô tình đánh mất đi một phần rất lớn của đời mình.

Thiền sư Đạo Nguyên lúc còn đang đi tầm đạo ở Trung Hoa, một hôm ghé qua một ngôi chùa. Lúc ấy vào giữa mùa hè, trời nóng như trong một lò lửa. Ông gặp một vị sư già đang lom khom làm việc ngoài sân, phơi nấm dưới ánh nắng như thiêu đốt. Thấy vậy, Đạo Nguyên đến gần hỏi: "Tại sao thầy lại làm việc chi cho cực khổ vậy? Thầy đã lớn tuổi rồi, chắc cũng là một bậc tôn túc trong chùa, sao thầy không nhờ các chú sa di trẻ làm giúp thầy. Thầy đâu cần phải làm việc đâu? Vả lại, trời hôm nay nóng như thế này, sao thầy không dời lại một ngày khác?"

Vị sư già nhìn ông đáp: "Này chú thanh niên kia, chú có vẻ thông minh và thông hiểu Phật pháp, nhưng chú đã không lãnh hội được yếu chỉ của Thiền. Nếu ta không làm công việc này, nếu ta không ở đây và có mặt trong giờ phút này, thì lấy ai để mà hiểu? Ta đâu phải là chú, ta cũng không phải là một người khác. Mà người khác cũng đâu thể là ta. Cho nên đâu có ai khác hơn ta để có thể kinh nghiệm được việc này. Nếu ta không làm, nếu ta không kinh nghiệm được công việc này trong giây phút hiện tại, thì làm sao ta có thể hiểu được! Nếu ta nhờ một ai khác giúp ta, và ta chỉ đứng một chỗ mà nhìn, thì ta sẽ không bao giờ biết được công việc phơi nấm nó ra làm sao! Nếu ta chỉ đứng mà ra lệnh: 'Làm như thế này, làm như thế kia... để nấm ở chỗ này, để nấm ở chỗ kia...' thì ta sẽ không bao giờ có kinh nghiệm được. Ta sẽ không thể nào hiểu được công việc đang có mặt trong bây giờ và ở đây."

Đạo Nguyên lại hỏi thêm: "Thế nhưng tại sao thầy lại chọn phơi nấm ngày hôm nay? Sao thầy không lựa một ngày khác ít nóng hơn?"

Vị sư trả lời: "Bây giờ và ở đây vô cùng quan trọng. Những cây nấm này không thể phơi vào một ngày nào khác hơn được. Nếu ta bỏ lỡ dịp này, ta có thể mất đi một cơ hội quý báu. Ngày mai có thể trời mưa, trời có thể nhiều mây, hoặc không đủ nắng. Ta cần một ngày thật nóng để phơi nấm, và hôm nay là một ngày rất lý tưởng. Thôi chú hãy đi chỗ khác chơi, ta còn phải làm việc!"

Thiền sư Đạo Nguyên (1200-1253) sau này trở thành một vị Tổ sư của tông phái Thiền Tào Động tại Nhật Bản. Và câu chuyện ấy đã trở thành một công án quan trọng trong nhà Thiền. *Bây giờ và ở đây*, tôi không phải là người khác, và người khác cũng không phải là tôi. Nếu tôi không thực hành, tôi sẽ không kinh nghiệm. Và những nguyên tắc này đã trở thành nền tảng thực tập của dòng thiền Tào Động ở Nhật Bản.

Vấn đề sống trong hiện tại không phải là chuyện lý thuyết suông, mà nó đòi hỏi nhiều công phu thực tập. Dầu muốn hay không, sự sống của ta cũng không thể có mặt ở một nơi nào khác hơn được. Nếu ta cảm thấy mình có hạnh phúc, thì hạnh phúc ấy chỉ có thể có mặt trong *bây giờ và ở đây*. Và giả sử như ta đang có một khó khăn, muộn phiền nào, thì ta cũng chỉ có thể thay đổi và chuyển hóa khổ đau ấy trong giờ phút này mà thôi. Giây phút hiện tại này của ta có thể đang có những khó khăn và đau đớn, nhưng điều ấy không có nghĩa là giờ phút này không nhiệm mầu! Nếu nơi ta đứng đây mà ngày không vui và trời không xanh thì nơi nào ta về mà ngày lại vui và trời lại xanh được, phải không Thầy?

Vấn đề sống trong hiện tại cũng được các bác và các anh chị trong khóa tu chia sẻ rất nhiều. Tôi nhớ có một cô kể rằng, sau một khóa tu, cô về chia sẻ với cô con gái mười chín tuổi của mình về giá trị và sự nhiệm mầu của giờ phút hiện tại. Nghe xong, em nói với cô: "Nếu giờ phút hiện tại này là nhiệm mầu thì con chỉ cần sống trong giờ phút hiện tại này là đủ rồi, con đâu cần phải học hành lo cho tương lai làm gì cho mệt. Con chỉ sống giờ phút này thật vui thú là được rồi, có phải vậy không?"

Tôi không trách em, vì chúng ta cũng thường dễ hiểu lầm việc này lắm! Những lúc có dịp chia sẻ, tôi thường phân biệt giữa hai việc: *sống trong hiện tại* và *sống cho hiện tại*. Hai thái độ đó khác nhau nhiều lắm. Người sống trong hiện tại ý thức được rằng: *Giờ phút hiện tại này có đầy đủ hết tất cả: quá khứ và tương lai.*

Giây phút hiện tại được làm thành bởi quá khứ, và tương lai của ta đang được làm bằng giây phút hiện tại này. Có nghĩa là những lời nói, hành động của ta trong giờ phút này sẽ không bao giờ mất đi hết. Chúng sẽ là những hạt giống cho cây trái tương lai. Nếu ta muốn ngày mai là quả hạnh phúc, bây giờ ta hãy gieo trồng những hạt giống hạnh phúc, bằng cách sống hạnh phúc.

Tương lai ta đang có mặt trong giây phút này. Và vì giờ phút này cũng được làm bằng quá khứ cho nên ta có thể chuyển hóa những buồn phiền đã qua bằng cách sống cho thật trọn vẹn, thật an vui trong giờ phút này. Vì giờ phút hiện tại này có đầy đủ hết nên ta không thể nào sống thiếu ý thức được. Quá khứ và tương lai đang có mặt ngay trong giờ phút này, ta phải sống sao cho sáng suốt.

Và người *sống cho hiện tại* là người có ảo tưởng rằng bây giờ và ở đây là một thực thể độc lập, cá biệt, không liên quan gì đến ai hết. Họ tưởng mình có thể cắt rời giây phút này ra với mọi giây phút khác của sự sống. Và vì vậy mà họ cho phép mình cứ việc sống riêng cho giây phút này thôi, bất cần tất cả! Nhưng nếu ta hoang phí, sống ích kỷ cho giờ phút hiện tại này, thì ngày mai của ta cũng sẽ là sự hoang phí, ích kỷ và khổ đau mà thôi! Giây phút hiện tại nhiệm mầu. Và cũng vì nó nhiệm mầu nên ta phải trân quý và đừng bao giờ lãng phí nó. Sống trong hiện tại không có nghĩa là ta chối bỏ quá khứ và tương lai, nhưng thật ra là ta chỉ có giây phút hiện tại này để sống, để chuyển hóa mà thôi.

Và cũng có nhiều bạn trẻ hiểu lầm rằng, sống trong hiện tại có nghĩa là chúng ta không được phép nghĩ về quá khứ hoặc nghĩ đến tương lai của mình. Thật ra là ta có quyền nghĩ về quá khứ và nghĩ đến tương lai, nhưng đừng để cho mình bị quyến luyến và ràng buộc vào chúng. Trong kinh *Người biết sống một mình*, Phật có giảng về việc này:

"Này quý thầy, sao gọi là tìm về quá khứ? Khi một người nghĩ rằng: 'Trong quá khứ ta là thế này, ta cảm thọ thế này, ta nghĩ tưởng thế này...' Nghĩ như thế và khởi tâm ràng buộc *quyến luyến những gì thuộc về quá khứ ấy, thì khi ấy người đó đang tìm về quá khứ.*

"Này quý thầy, sao gọi là không tìm về quá khứ? Khi một người nghĩ rằng: trong quá khứ ta là thế này, ta cảm thọ thế này, ta nghĩ tưởng thế này...' Nghĩ như thế mà không *khởi tâm ràng buộc quyến luyến những gì thuộc về quá khứ ấy, thì khi ấy người đó không tìm về quá khứ.*

"Này quý thầy, sao gọi là tưởng tới tương lai? Khi một người nghĩ rằng: 'Trong tương lai ta sẽ là thế này, cảm thọ ta sẽ được như thế này, ta sẽ nghĩ tưởng như thế này...' Nghĩ như thế và *khởi tâm ràng buộc và mơ tưởng về những gì thuộc về tương lai ấy, thì khi ấy người đó đang tưởng tới tương lai.*

"Này quý thầy, sao gọi là không tưởng tới tương lai? Khi một người nghĩ rằng: 'Trong tương lai ta sẽ là như thế này, cảm thọ ta sẽ được như thế này, ta sẽ nghĩ tưởng như thế này...' Nghĩ như thế mà không khởi tâm ràng buộc và mơ tưởng về những gì thuộc về tương lai ấy, thì khi ấy người đó không tưởng tới tương lai."

Nếu bây giờ ta có thể ngồi thật yên, uống một tách trà nóng trong chánh niệm, thì tôi nghĩ mình cũng có thể vững chãi ngồi trong giờ phút này mà sắp đặt chuyện tương lai. Vấn đề tương lai của ta có thể trừu tượng hơn tách trà trước mặt, nhưng nếu không có sự thực tập, tách trà vẫn có thể dẫn mình đi phiêu lưu xa chốn này ngàn dặm. Nghĩ đến tương lai không có nghĩa là ta phải bước ra khỏi hiện tại. Tất cả chỉ là một sự thực tập mà thôi!

Những nhóm tu học

Thầy biết không, tôi thấy quan niệm về những ngày quán niệm, những khóa tu học so ra cũng còn quá mới mẻ đối với đa số. Theo truyền thống, những người cư sĩ chúng tôi có ngày thọ giới *Bát quan trai* để thực tập và hành trì những lời Phật dạy. Theo cảm nghĩ của riêng tôi, tôi thấy những ngày *Bát quan trai* tổ chức theo khuôn khổ của các thế hệ trước, có thể không hợp lắm với một số người bây giờ, nhất là các anh chị trẻ lớn lên ở phương Tây.

Tôi thấy sự tổ chức những ngày quán niệm, những khóa tu theo truyền thống của Sư Ông Nhất Hạnh có thể mang lại cho tuổi trẻ, hay thế hệ chúng ta, nhiều lợi ích hơn. Nhưng Thầy khoan rầy tôi đã! Tôi không nói rằng chúng ta không cần những ngày *Bát quan trai*, nhưng tôi nghĩ chúng ta vẫn cần có thêm những phương pháp tu học theo lối mới.

Đạo Phật từ xưa đến giờ đã mở biết bao nhiêu cánh cửa pháp môn để giúp cho con người bớt khổ, bây giờ có mở thêm một vài cánh cửa tu học mới cho những người mới thì đâu có gì là quá nhiều phải không thầy! Phương pháp tu học của chúng ta có sâu sắc hay hiệu quả hay không là còn tùy ở những người hướng dẫn, vì vậy mà những người như Thầy vẫn rất là cần thiết cho sự tu học của chúng tôi.

Sau những khóa tu học, vấn đề được các thiền sinh đặt ra nhiều nhất là làm sao để đem sự thực tập của mình về với gia đình, với đời sống hằng ngày, với những người chung quanh vốn chưa biết gì về tu học.

Như tôi đã chia sẻ, nơi nào cũng có một cách thực tập riêng dành cho nơi ấy. Ta phải biết tùy hoàn cảnh. Nhưng có một điều chắc chắn là sự tu học của chúng ta sẽ được lâu bền hơn, thâm sâu hơn, nếu ta có được một nhóm người cùng thực tập chung với mình. Nhờ sự hướng dẫn và trao truyền của các thầy, các anh chị đi trước, mà hiện nay chúng ta cũng đã có được một số các nhóm tu học có mặt rất nhiều nơi. Tôi nghĩ đó là điều rất may mắn. Mỗi nhóm, dựa trên kiểu mẫu của Sư Ông Làng Mai, tuy có những phương cách thực tập theo các truyền thống khác nhau, nhưng tất cả đều có chung một mục đích là để nương tựa và nâng đỡ lẫn nhau trên con đường tu tập.

Chọn được một nhóm tu học để mình có thể nương tựa là ta đã bước một bước rất dài trên con đường tu học của mình rồi, Thầy có nghĩ vậy không? Tôi thấy sự thành công của một nhóm tu học cần ở một số điều kiện. Trước hết, nhóm tu học bao giờ cũng phải biết lấy con người làm nền tảng. Bất cứ một tập thể nào hay một nhóm nào cũng do con người làm thành, nên con người phải là một thành tố quan trọng nhất.

Tôi thấy những nhóm tu học được nhiều chuyển hóa là những nhóm được hướng dẫn bởi các thầy, các anh chị có tinh thần bao dung và cởi mở. Khiêm tốn là yếu tố cần thiết đầu tiên cho sự hài hòa trong một tăng thân. Tôi nghĩ, một nhóm tu học không phải là một giai cấp mới nào hết. Vấn đề thực tập hạnh phúc và chuyển hóa khổ đau mới là chính yếu và quan trọng, và nó không phải dành riêng cho bất cứ một ai. Một chúng tu học là những người có chung một niềm tin vào con đường hạnh phúc, và cùng thực hành chung với nhau.

Phật có dạy chúng ta về sáu phương cách để có được một tập thể hòa thuận. Tôi nghĩ chúng ta có thể áp dụng lời dạy ấy cho bất cứ một nhóm tu học nào, chỉ cần biết khéo làm mới lại cho hợp với hoàn cảnh của mình mà thôi. Phật có nói, một đoàn thể tu học tốt đẹp là một đoàn thể hòa hợp mỗi khi gặp nhau và hòa hợp trước khi chia tay.

Một nhóm tu học không phải chỉ hòa thuận với nhau mà còn cần phải có sự hòa thuận với người chung quanh nữa. Thật ra, chúng ta cần có nhiều và thật nhiều những nhóm tu học. Cuộc đời này rất cần những nhóm tu học có thể mang lại cho đời hạnh phúc, một hạnh phúc có tính chất vững chãi và thảnh thơi. Giữa cuộc sống xôn xao, bận rộn, lôi cuốn này, thực tập để cho mình có được một niềm vui, yên ổn và hạnh phúc, bấy nhiêu đấy thôi cũng là một công phu lớn rồi phải không Thầy!

Nhìn chung quanh, tôi thấy những người đến tu học còn quá ít ỏi so với số người khổ đau ngoài kia. Một mình chúng ta sẽ không bao giờ là đủ, tôi nghĩ ta phải còn cần trăm, ngàn nhóm tu học, hoặc nhiều hơn nữa, mới hy vọng có thể làm bớt đi phần nào khổ đau của cuộc đời. Đức Bồ Tát Quán Thế Âm phải cần đến ngàn tay và ngàn mắt để đi vào cuộc đời. Và mỗi chúng ta có thể là một con mắt, một bàn tay của ngài.

Trong một buổi pháp đàm, có một bạn nêu lên vấn đề về những trường hợp có những nhóm tu tập có những đường lối *"lạ thường"*, *"phá chấp"*, không đúng với những gì Phật dạy. Làm sao mình biết được một tăng thân, hay một nhóm tu học nào là tốt? Chắc chúng tôi phải nhờ Thầy chỉ dẫn và đóng góp thêm ý kiến về vấn đề này! Tôi thì nghĩ rằng chúng ta có thể dùng tiêu chuẩn giới luật để nhận xét việc ấy. Ví dụ, một tăng thân tu học của người cư sĩ thì ít nhất phải được đặt trên nền tảng năm giới của người cư sĩ. Tôi thấy năm giới trình bày trong quyển *Nghi Thức Tụng Niệm Đại Toàn* là đầy đủ và rõ ràng lắm. Đặt nền tảng tu học trên năm giới ấy thì tôi nghĩ mình không thể đi sai được. Tôi thích hình ảnh một vị thiền sư dùng để ví dụ về sự tu tập của chúng ta. Ông nói, chúng ta cũng giống như một người đi đêm nhắm hướng ngôi sao Bắc Đẩu mà đi. Ta sẽ không bao giờ đến được ngôi sao Bắc Đẩu, nhưng nó giúp cho chúng ta đi đúng phương hướng. Và tôi nghĩ, giới luật mà đức Phật đã để lại cho chúng ta chính là ngôi sao Bắc Đẩu ấy.

Đóng góp cho cuộc đời

Có lần tôi được dịp ngồi chung với một số bạn trẻ. *"Trẻ"* ở đây là xấp xỉ vào tuổi của chúng ta, cũng có gia đình và sự nghiệp vững vàng, chia sẻ với nhau về những hoài bão của họ về tương lai đất nước, về các vấn đề thời sự. Có một anh bạn trẻ, khoảng chừng ba mươi mấy, nói rằng, nhìn lại lịch sử thế giới thì đạo Phật khó có thể làm cho một quốc gia được trở nên giàu có và phú cường được. Anh dẫn chứng tình trạng nghèo khó của những quốc gia ở Đông Nam Á và xứ Tây Tạng hiện nay. Có một số bạn khác không đồng ý với anh, họ nêu lên trường hợp của Nhật Bản, Đài Loan... những quốc gia theo truyền thống Phật giáo mà vẫn giàu mạnh. Họ giải thích thêm, nếu anh bảo rằng trường hợp Nhật Bản khác, là vì không thuần túy Phật giáo mà còn theo Thần giáo (*Shinto*), thì Tây Tạng, Việt Nam chẳng hạn, cũng đâu hẳn theo Phật giáo *"thuần túy"* đâu! Như vậy thì Phật giáo anh nói đây là Phật giáo nào?

Có phải tự đạo Phật đã làm cho chúng ta trở thành thụ động và yếm thế đi chăng? Tôi nghĩ, đạo Phật không bao giờ dạy cho chúng ta có một thái độ an phận và buông xuôi. Ngược lại, sự tu học sẽ giúp cho con người ta được trở nên nguyên vẹn hơn. Con người đâu phải chỉ có bạo lực, tham lam, thù hận và trả vay mà thôi. Con người cũng còn có những từ bi, dũng lực, tha thứ và tuệ giác nữa. Nếu những quốc gia chỉ có thể giàu mạnh, tiến bộ bằng vũ khí, bạo lực, tranh chấp thì sự giàu mạnh đó, phú cường đó có thật sự là những gì chúng ta muốn không? Ta có thể dùng từ bi và tha thứ để sống giữa cuộc đời này, và ta vẫn có hạnh phúc, xã hội ta vẫn giàu mạnh, nước ta vẫn phú cường được, Thầy có nghĩ vậy không? Viết những lời này mà chân tôi vẫn đặt vững vàng trên mặt đất, tôi không đi trên mây đâu Thầy! Nhưng làm được việc ấy chúng ta cần những bậc đại trượng phu, những người có một sự hiểu biết và một tình thương lớn.

Ngày xưa khi đọc kinh, tôi thấy ở cuối kinh thường có một đoạn kể lại, sau khi Phật nói xong có bao nhiêu người đắc được quả này, và bao nhiêu người chứng được quả kia. Có người giải thích rằng, vì trong thời Phật còn sống, những người đến nghe Phật là những bậc có căn cơ tốt, nghiệp quả ít, vì vậy sau khi nghe Phật giảng xong, họ được chứng đắc rất dễ dàng. Còn chúng ta ngày nay nghiệp còn nặng, quả còn dày, nên học bao nhiêu kinh sách vẫn chưa thấy chứng ngộ gì hết. Có lẽ là vậy! Nhưng cũng có thể là vì các vị ấy được nghe từ chính đức Phật!

Con người của đức Phật tự đó cũng đã là một bài thuyết pháp hùng tráng rồi. Tôi nghĩ, các vị ấy có được một sự chuyển hóa lớn không hẳn là do những gì đức Phật nói, mà là nhờ ở chính con người của đức Phật. Cái năng lượng của sự có mặt của ngài khiến cho người nghe có một niềm tin lớn, một chuyển hóa lớn. Giáo pháp thì đời nào cũng có, cái mà ta cần là một con người có thực chứng. Tự thân của họ lúc nào cũng là một bài pháp sinh động. Chắc Thầy cũng còn nhớ ngày xưa có một vị vua đến xin quy y với Phật và ông ta nói với Phật rằng, "Con chưa biết ngài dạy những giáo lý gì, nhưng con nhìn cách đi, đứng, hành xử của tăng đoàn của ngài mà con có lòng tin sâu xa vào sự tu tập của ngài, nên con muốn xin được quy y."

Thuở xưa các vị đến nghe Phật giảng được chuyển hóa, tôi nghĩ, cũng nhờ cùng một kinh nghiệm ấy. Và điều tôi muốn chia sẻ ở đây là cuộc đời chúng ta đang cần những con người có thực chứng, những con người có tự chủ, có nhiều tình thương và hiểu biết lớn. Mà những con người ấy, họ không bao giờ là những người an phận và yếm thế.

Những người bạn trẻ của tôi có những hoài bão lớn, họ ý thức được sự may mắn của họ được sống trên xứ sở này, có nhiều điều kiện để học hỏi và phát triển hơn những người khác. Họ muốn làm một cái gì để giúp những người bạn của mình ở những quốc gia kém phát triển hơn. Nhưng tôi nghĩ chúng ta cũng nên tự hỏi cuộc đời này đang cần gì? Có cần những tài năng mới để đóng góp vào một nền kinh tế phồn thịnh hơn, hoặc cho một xã hội kỹ thuật tân tiến hơn không? Thầy ơi, tôi vẫn nghĩ rằng chúng ta đã và đang có rất nhiều nhân tài, có đầy đủ khả năng trong mọi lĩnh vực. Nhưng điều mà ta cần không phải chỉ là tài năng thôi, mà còn ở sự biết tu học của người đi phụng sự nữa. Ta cần những người biết tha thứ, biết cởi mở và tự chủ, những người có hạnh phúc. Chúng ta không thể nào kêu gọi tha thứ nếu chính bản thân ta chưa biết thứ tha. Ta không thể mang cho ai hạnh phúc nếu bản thân ta vẫn còn mang nhiều sân hận. Và ta không thể lắng nghe ai nếu trong ta còn đầy nghi kỵ và sợ hãi!

Tôi không tin có một giải pháp nào có thể mang lại cho đời sống chúng ta một sự phú cường, thịnh vượng, một hạnh phúc thật sự, nếu nó không được thực hiện bởi những người biết tu học. Cái mà ta có thể thật sự đóng góp cho người chung quanh là chính con người, tự thân của ta.

Thật ra, tôi không nghĩ đạo Phật dạy chúng ta phải từ bỏ hạnh phúc hoặc bài bác một xã hội phú cường. Phật chỉ nhắc nhở chúng ta hãy ngồi xuống và nhìn lại xem thế nào là hạnh phúc chân thật và thế nào là một xã hội phú cường. Có những hạnh phúc mà ta bỏ cả đời mình ra đi tìm kiếm, tranh dành, để rồi một ngày nào đó khám phá ra rằng chúng chỉ là một ảo tưởng.

Hãy nhìn lại đời sống trong xã hội phương Tây ngày nay, tất cả có là như những gì chúng ta mơ tưởng không? Tôi có một anh bạn người Trung Đông, cứ vài năm lại đưa cả gia đình về thăm xứ sở mình một tháng. Sau khi trở lại, anh ngồi kể cho tôi nghe về những kỷ niệm đẹp bên ấy. Anh ta nói, đời sống bên ấy nghèo, quá thiếu thốn so với bên đây, nhưng xét ra thì họ thảnh thơi hơn, người ta có nhiều thì giờ cho nhau hơn.

Tôi cũng biết một người bạn có gia đình, anh ta bảo tôi rằng mùa hè anh dự định sẽ mang các con anh về quê hương, để chúng có dịp học thêm về những lễ nghĩa, văn hóa tốt đẹp của xứ mình. Anh nói, nhìn thấy tuổi trẻ tự do và sự giáo dục của xứ sở này mà anh lo cho tương lai của mấy cháu. Nhiều khi đời sống vật chất đầy đủ quá cũng chưa hẳn thật sự là một điều tốt, phải không Thầy? Chắc có người nghe vậy sẽ nhắc khéo tôi *"phú quý sinh lễ nghĩa"*, có đầy đủ rồi tôi mới nói được chuyện xa xôi... Nhưng tôi chỉ muốn chia sẻ rằng, ngọn núi mà chúng tôi đang đứng đây, bầu trời không hoàn toàn xanh và cuộc đời cũng không thần tiên như người đang đứng bên ngọn núi kia vẫn tưởng.

Có những người thường sợ rằng đạo Phật, sự tu học, sẽ làm cho họ yếm thế và mất đi ý chí phấn đấu trong đời sống. Nhưng tôi nghĩ vấn đề không phải là ta có nên phấn đấu với cuộc đời hay không, mà là ta phấn đấu vì lý do gì! Vì tham lam hoặc thù hận chăng? Và chấp nhận hoàn cảnh không có nghĩa là ta thụ động ngồi yên. Mà chấp nhận có nghĩa là ta ý thức rõ ràng những gì đang xảy ra, không trách cứ, không hờn giận, và làm những gì mình cần phải làm để chuyển hóa tình trạng của mình.

Một người hoạt động không có nghĩa phải là một người náo động. Có những người bôn chôn làm đủ mọi thứ chuyện nhưng rồi không hoàn tất được việc gì hết, và có người tuy có vẻ như đang ngồi yên nhưng thật ra lại làm được tất cả. Trong đời và trong đạo, chúng ta bao giờ cũng cần có một sự phấn đấu để đi tới. Nhưng phấn đấu không có nghĩa là lúc nào ta cũng phải lăng xăng làm một cái gì đó, mà thật ra nhiều lúc điều ta cần làm là tập ngồi cho yên.

Trong đạo Phật, phương tiện và cứu cánh phải là một. Tôi nghĩ, ta không thể tìm được sự tĩnh lặng nếu con đường ta đi là náo động; ta không thể nào có một cứu cánh giải thoát khi chọn một phương tiện trói buộc. Chúng ta thường nghe kể câu chuyện trong đạo Phật về một người chủ thuyền chở mấy trăm người khách qua sông. Nửa đường, tàu gặp một tên cướp định giết hết mọi người trên tàu để cướp của. Người lái tàu là một vị Bồ Tát hóa thân, ngài đã hy sinh đứng ra giết tên cướp kia, riêng mình chịu đọa địa ngục để cứu mạng hàng trăm người khác, cũng như chính tên cướp kia khỏi bị tội sát nhân.

Vị Bồ Tát hành động là vì tấm lòng từ bi của mình. Phương tiện và cứu cánh của ngài là một, là lòng thương đối với tất cả mọi người. Chúng ta có thể làm một hành động tương tự như ngài, nhưng chúng ta làm vì những sự thúc đẩy do sợ hãi, sân hận hoặc hoang mang của mình. Cũng cùng một hành động, cùng một phương tiện nhưng hai cứu cánh lại hoàn toàn khác nhau, vì được thúc đẩy bởi những lý do khác nhau. Vì vậy tôi nghĩ, vấn đề không phải là việc mình làm mà là ở tác ý của mình trong công việc ấy, mà sự si mê vì thất niệm của chúng ta thì vẫn còn rất sâu và rất đậm!

Tôi nhớ câu chuyện về một dũng sĩ Nhật Bản. Chàng là vệ sĩ thân tín của một vị lãnh chúa. Một đêm, có tên thích khách lẻn vào và giết chết vị lãnh chúa của anh. Chàng dũng sĩ vì trách nhiệm và lời thề nên có bổn phận phải tìm giết tên thích khách ấy. Sau mấy năm trời trèo non lội suối, cuối cùng anh tìm gặp được tên thích khách đã giết Chúa mình. Sau một trận đấu kiếm sống chết, chàng dũng sĩ đánh rơi gươm của kẻ thích khách và dồn hắn vào một góc tường. Trong khi anh ta đưa gươm lên, sửa soạn giết hắn, thì bất ngờ tên thích khách ngước lên và nhổ nước bọt vào mặt anh. Chàng dũng sĩ bỗng dừng lại. Anh ta đưa tay lên lau mặt, rồi từ từ tra gươm vào vỏ. Anh ra lệnh cho tên thích khách hãy cút đi mau!

Khi những người theo anh thấy vậy hỏi vì sao anh lại để cho hắn thoát đi, anh đáp: "Bổn phận của tôi là một lòng phò chúa của mình, tôi có trách nhiệm giết những ai đã làm hại Chúa tôi. Tôi giết họ vì bổn phận của mình. Khi hắn nhổ nước bọt vào mặt tôi, trong lòng tôi nổi lên một cơn giận. Và vì vậy mà tôi phải để cho hắn thoát đi. Nếu ngay trong giây phút ấy tôi có giết hắn thì đó là vì cơn giận hơn là vì bổn phận!"

Trở lại nhận xét của người bạn trẻ, tôi muốn đóng góp rằng, một xã hội phú cường thật sự phải được làm bằng những con người có hạnh phúc. Và không thể là ngược lại. Mà tôi định nghĩa những người có hạnh phúc là những người có sự tu học để có được một tình thương và một tuệ giác bao dung. Việc ấy đòi hỏi một công phu tu tập.

Nhìn lại lịch sử, ta thấy những con người như vua Trần Nhân Tông, thánh *Gandhi*, Mẹ *Theresa*, các vị ấy đâu có dựa trên một giáo lý nào mới lạ đâu, hành động của họ đặt trên nền tảng của tình thương và bất hại. Và đường lối của họ đâu có làm cho xứ sở mình chậm tiến hoặc yếu hèn đi? Các vị ấy đã đóng góp cho thế giới này bằng chính con người của họ. Cuộc đời của các bậc ấy đã khiến trái đất này tươi mát hơn, bầu trời trong xanh hơn, và những người họ tiếp xúc có nhiều hạnh phúc hơn. Cuộc đời này không cần thêm những giáo thuyết mới, mà rất cần những con người có tự chủ và một tấm lòng vị tha. Tôi nghĩ, học hỏi kinh sách nhiều có thể mang lại cho ta thêm niềm tin và sự phấn khởi, cũng như giúp ta làm sáng tỏ vấn đề hơn. Nhưng sự tu tập để chuyển hóa khổ đau cho mình, hoặc giúp kẻ khác, ta không cần phải biết cho thật nhiều, nhưng ta cần phải thật sự thực hành những gì mình đã học, đã biết. Giả sử như nếu tôi có gặp khổ đau, tôi nghĩ mình sẽ không đi tìm một người có kiến thức nhiều để nhờ giúp đỡ, mà tôi sẽ tìm và nương tựa vào một người có thực tập. Khi ra giữa trận mạc, chúng ta đi với một chiến sĩ bao giờ cũng an toàn hơn là đi với một vị quân sư hoặc một chiến thuật gia!

Vấn đề giải thoát và hạnh phúc

Tôi nhớ những ngày tu học trên Tu Viện, buổi sáng có tiếng chim hót, có ánh nắng ấm mặt trời chiếu tan sương mù bên ngoài cửa sổ. Sau những ngày thực tập chánh niệm, không gian chung quanh mình dường như trở nên nhiệm mầu hơn! Vào những ngày cuối, chúng tôi được hướng dẫn để mang sự thực tập của mình trở về với đời sống hằng ngày. Ngày xưa tôi thường cho rằng, ngồi thiền từ sáng đến tối là chuyện khó làm, nhưng bây giờ tôi hiểu rằng ngồi đều đặn mỗi ngày mới là một thử thách lớn hơn. Nhất là khi chung quanh ta có bao nhiêu chuyện đòi hỏi đến sự chú ý của mình. Ngày đầu bước chân vào khóa tu, tôi ý thức được ngày mình sẽ bước chân trở về với cuộc sống bận rộn chung quanh. Sự tu học của ta, vấn đề giải thoát và hạnh phúc, không thể nào là một việc làm tách biệt với sự sống của mình.

Con đường tu học là một con đường chuyển hóa. Một con đường làm cho cuộc đời mình được tốt đẹp hơn, và giúp chúng ta bớt khổ đau hơn. Theo tôi nghĩ, vấn đề hạnh phúc và khổ đau không phải là những gì vĩ đại và lớn lao như ta tưởng. Một đêm khuya sau giờ ngồi thiền, tắt ngọn nến trên chiếc bàn con, tôi thấy ánh trăng chiếu qua khung cửa sổ sáng căn phòng nhỏ. Hai đứa con tôi ngủ say. Quận đang nằm với hơi thở nhẹ, thật bình yên. Tiếng máy sưởi chạy đều. Căn phòng ấm. Tôi thấy mình thật hạnh phúc. Chúng ta còn có một đòi hỏi nào lớn hơn không? Đâu có một hạnh phúc nào là quá nhỏ hay một khổ đau nào là quá lớn, phải không Thầy?

Con đường tu học là một con đường chuyển hóa và giải thoát. Thế nhưng ta chuyển hóa những gì và giải thoát những gì? Chúng là những phiền muộn, lo âu, thao thức của chính ta. Giải thoát có nghĩa là cởi trói, là tháo gỡ những sợi dây trói buộc ta vào một hoàn cảnh khổ đau, nghịch ý nào đó. Chúng là những lo lắng, phiền giận, ganh ty... của chính ta.

Thật ra thì giải thoát chỉ có nghĩa là giải thoát ra khỏi những ham muốn, hờn giận, hiểu lầm của chính mình - của chính mình chứ không phải của bất cứ một người nào khác. Ta phải tập tháo gỡ những khổ đau trước mắt, trong đời sống và trong gia đình mình trước hết. Đối với tôi thì giải thoát không bao giờ là một chuyện xa vời, lớn lao nào đó mà mình chỉ biết khoanh tay chờ đợi.

Chúng ta có thể nghĩ, giải thoát có nghĩa là ta được sinh lên một cảnh giới khác cao đẹp hơn, như là Tịnh độ hay là *Niết-bàn* chẳng hạn. Thật ra muốn có một giải thoát lớn ta cần phải có những giải thoát nhỏ. Tôi nhớ hình ảnh của một cây tùng to lớn vững vàng đứng ở giữa rừng, nó có thể đứng bất động trước những cơn mưa to, dông tố. Nhưng vào một buổi sáng đẹp trời nó chợt ngã đổ. Người ta đến gần xem thì khám phá ra rằng thân nó đã bị mục nát từ lâu vì những con mối nhỏ. Cây tùng ấy sụp đổ không phải vì những sức mạnh bão tố, phong ba bên ngoài, mà là vì những con mối nhỏ gậm nhấm từ bên trong! Những *"con mối"* ấy chính là những nỗi lo lắng, muộn phiền nho nhỏ trong đời sống hằng ngày của ta.

Nhiều khi chúng ta lo bận rộn đi tìm một giải thoát lớn mà quên đi sự có mặt của những sợi dây đang trói buộc ta trong đời sống mỗi ngày. Cuộc đời đâu phải chỉ có *sinh, lão, bệnh, tử* mới là khổ. Cuộc đời còn có biết bao nhiêu là những cái khổ đau nhỏ nhặt khác, nhưng phiền toái hơn, dày vò chúng ta thường xuyên hơn. Đó là những cái khổ ta cần phải nhận thức để thấy được nguyên nhân của chúng và để chuyển hóa chúng.

Như đã nói, giải thoát lớn phải được làm bằng những giải thoát nhỏ. Sự tu học và thực tập của chúng ta là làm sao có được những bước chân cho khoan thai và an ổn trên con đường ta đang đi. Tôi nghĩ, giải thoát có nghĩa là ngày hôm nay tôi được cảm thấy hạnh phúc hơn ngày hôm qua. Giải thoát phải là những gì thật cụ thể, là chuyển hóa được những khó khăn đang có mặt với tôi trong giờ phút này.

Bốn sự thật mầu nhiệm, hay *Tứ diệu đế*, là một phương pháp sống, một phương pháp chuyển hóa khổ đau rất mầu nhiệm và sâu sắc. *Bốn sự thật* ấy không phải chỉ để giúp chúng ta thoát được sinh tử luân hồi, mà chúng còn giúp ta giải thoát được bất cứ một khổ đau nào đang có mặt.

Sự thật mầu nhiệm thứ nhất dạy ta rằng, bất cứ khổ đau nào cũng có nguyên nhân của nó. Cho dù đó là nỗi phiền giận của ta, hay tình trạng bất an của xã hội, là sự nghèo khó, chậm tiến của một quốc gia, hay vấn đề sinh tử... tất cả đều phải có nguyên nhân.

Sự thật thứ hai dạy chúng ta nên nhìn cho sâu với một tâm không thành kiến để nhận thức được đúng mọi nguyên nhân, gốc rễ của những khổ đau. Và khi hiểu rõ được nguyên nhân của chúng rồi, ta cũng sẽ thấy được phương cách để chuyển hóa chúng.

Sự thật thứ ba dạy ta rằng mọi khổ đau đều có thể chấm dứt bằng cách loại trừ đi nguyên nhân của chúng. Cũng như bếp lửa không thể tiếp tục cháy nếu chúng ta lấy hết củi ra khỏi đó.

Và cuối cùng, *sự thật thứ tư* là con đường thực hiện. Tôi nghĩ điều quan trọng là làm sao để ta có thể nhìn thấy được nguyên nhân, gốc rễ của vấn đề, của những khó khăn của mình, với một tâm không thành kiến. Việc ấy đòi hỏi nơi ta một sự tu học.

Trên con đường tu học, chúng ta thường nhắc nhiều đến chuyện an lạc và hạnh phúc. Người ta thường nghĩ, sự giải thoát trong đạo Phật phải cao hơn thế, phải vượt lên trên mọi ý niệm, phải thoát ra ngoài cả khổ đau và hạnh phúc. Khi còn nằm trong hạnh phúc thì ta vẫn còn bị vướng mắc vào sự đối đãi.

Có lẽ sự thật tuyệt đối là vậy! Nhưng tôi nhớ lời Phật dạy, "Ta chỉ dạy có một điều và mỗi một điều mà thôi, đó là khổ và con đường diệt khổ." Mà khi khổ đau diệt mất thì ta còn lại gì? Theo tôi nghĩ, trong thế giới tương đối này, hễ bóng tối vắng mặt thì ánh sáng phải có mặt. Và khi khổ đau không còn nữa thì hạnh phúc chắc chắn sẽ hiển lộ. Khổ đau vắng bóng bao nhiêu thì hạnh phúc sẽ hiển hiện bấy nhiêu. Tôi nghe nói *thường, lạc, ngã* và *tịnh* là những yếu tố của *Niết-bàn*. An lạc, một niềm vui an ổn, cũng là một yếu tố của *Niết-bàn*, là tự tính của chính ta, phải không Thầy? Khi nào còn đi trên mặt đất, còn thở giữa chân không, tôi vẫn thấy an lạc là một yếu tố rất cần thiết cho cuộc đời này.

Mà an lạc không phải là một ý niệm để cho ta nắm bắt, và nó cũng không thể là một ý thức suông. Điều ấy có nghĩa là nếu chúng ta muốn có được hạnh phúc trong gia đình, trong đời sống của mình, thì ta phải chịu khó thay đổi, phải làm một cái gì đó! *"Làm một cái gì"* nhiều khi chỉ là thay đổi thói quen và tập quán của mình, nếu đó là những gì đã gây khổ đau cho ta và người chung quanh. Suy nghĩ hay nói suông về hạnh phúc sẽ không bao giờ mang lại cho ta hạnh phúc. *Allen Watt* viết: *"Nobody can get wet from the word 'water'."* Đâu ai có thể bị ướt vì chữ *"nước"* bao giờ đâu!

Chúng ta thường đặt câu hỏi: Làm thế nào để cho sự tu tập của mình được sâu sắc hơn, hiệu quả hơn? Nhưng tôi thấy câu hỏi đó tự nó chưa được chính xác lắm. Tôi nghĩ ta nên hỏi là làm thế nào để sự tu tập của ta được chân thật hơn, hết lòng hơn. Vấn đề tự thành thực với chính mình là một vấn đề rất quan trọng. Tôi tin là nếu ta không thật sự thành thật với mình thì ta không thể nào tu tập được. Thấy được cái hay, cái dở của mình là ta đã bước một bước rất xa trên con đường tu học của mình rồi! Chữ tu (修) có nghĩa là sửa đổi. Và muốn sửa đổi, ta phải rất thành thực với chính mình!

Tôi là ai?

Tôi nghe thầy Viện Trưởng kể, vào những ngày lễ người mình dưới phố kéo lên rất đông, có đến mấy ngàn người. Người dưới phố lên đây, họ yêu cái không gian mênh mông trời núi của Tu Viện, cái vẻ đẹp hùng tráng giữa thiên nhiên. Trên con đường tu học, chúng ta ai cũng cần một cái gì đó cao thượng, vững vàng để mình có thể quay về làm nơi nương tựa. Phật có dạy cho chúng ta ba sự quay về nương tựa - vào nơi Phật, nơi giáo pháp và tăng chúng. Tôi nghĩ một ngôi chùa, một thiền viện hoặc một nhóm tu học đều có thể là một nơi để chúng ta thực tập sự quay về nương tựa của mình.

Có người nghĩ rằng tu là tại tâm, ở lòng mình, Tam bảo cũng ở trong tâm ta mà thôi. Và vì vậy mà họ thấy không cần thiết phải đi chùa hoặc tham dự những khóa tu học. Nhưng tâm ta là gì, nằm ở đâu Thầy nhỉ? Những gì mà chúng ta cho là tâm đó, có thật là chân tâm của mình không? Tôi thấy, tu tập chúng ta vẫn phải cần đến sự tiếp xúc và nương tựa vào những phương tiện ở bên ngoài. Chúng ta cần một tăng thân, cần những lễ nghi, cần hình tướng và cần sự thực tập. Phương tiện và hình tướng tự nó đâu có xấu, chỉ khi nào ta muốn mang vác nó lên lưng và cố bảo vệ nó thì mới trở thành vấn đề! Bao giờ tôi cũng ý thức rằng, tu tập dựa vào hình tướng không có nghĩa là ta chỉ lo tu tập hình tướng mà thôi. Chúng ta có thể nương tựa vào hình tướng, như chiếc bè để qua sông, nhưng chúng không bao giờ là cứu cánh của mình. Vấn đề là ta đừng chấp vào hình thức mà quên đi nội dung, chứ chúng có thể là những phương tiện thiện xảo giúp ta chuyển hóa được những khó khăn của mình.

Trong khóa tu, các thiền sinh thường được hướng dẫn thực tập đi đứng chậm rãi trong chánh niệm. Làm gì cũng từ tốn và ý thức được rõ rệt mỗi hành động của mình. Sau vài ngày thực tập, có bạn chia sẻ rằng anh cảm thấy mình đi đứng không tự nhiên, và không còn được nhanh nhẹn như xưa! Có bạn còn nói rằng, anh cảm thấy con người mình là giả tạo và không thật! Tôi nghĩ đó là cảm giác chung của các thiền sinh đi tham dự những khóa tu học lần đầu tiên. Họ thấy khó chịu, gò bó, và cảm thấy rằng *"ta không phải là ta nữa"*. Nhưng các bạn ấy cần nên nhìn lại xem cái *"ta"* đó thật sự là ai?

Có lần, tôi có người bạn đi sang thành phố *New York*, thấy tấm biển quảng cáo thật lớn, trên có hình một chàng thanh niên mặc một chiếc quần *jean* lem luốc, đứng với vẻ thách thức, cạnh bên là một dòng chữ lớn "*Be Who You Are!*" Mình sao thì cứ sống như vậy, hãy tỏ ra cho kẻ khác thấy con người thật của mình!

Thầy biết không, tuổi trẻ lớn lên bên xứ này bị ảnh hưởng văn hóa phương Tây nên nhiều khi cũng có cùng một thái độ ấy. Tôi biết có những em khi bị các bậc phụ huynh khuyên dạy thường trả lời rằng: "*Con là như vậy đó! Con không thể thay đổi được.*" Mà tôi biết người lớn chúng ta cũng thường có thái độ ấy. Mỗi khi bị người thân phê bình ta thường đáp xẵng lại: "*Tôi là như vậy đó. Tôi không thể đổi tánh mình được. Chịu được thì chịu, không được thì thôi!*"

Nhưng trên con đường tu học, chúng ta nên nhìn lại xem mình thật sự là ai? Ta có phải là sự nóng tánh thôi không? Ta có phải là sự hấp tấp, vội vàng đó thôi chăng? Thế nào là một cái tôi giả tạo và thế nào là cái tôi chân thật?

Trong một khóa tu, khi ta tập sống trong chánh niệm, đi đứng chậm rãi và có ý thức về những việc mình đang làm, tại sao những cái đó lại không phải là ta? Làm sao ta biết những gì là ta và những gì không phải là ta? Ta có phải chỉ là một người trực tính thôi chăng? Hay ta là một người rộng lượng? Và nếu như ta không còn những tánh đó nữa, ta có vẫn còn là ta không? Hay ta là một người khác? Thật ra thì Phật dạy trong ta có đầy đủ hết tất cả: từ bi, sân hận, tha thứ, ganh ty, rộng lượng, si mê, tuệ giác... Ta là tất cả những cái đó chứ không riêng biệt một cái nào hết. Chúng là những hạt giống có mặt trong khu vườn tâm thức của mình. Và ta là người làm vườn chăm sóc cho khu vườn ấy.

Vấn đề là ta cần biết săn sóc và tưới tẩm những hạt giống nào trong ta. Có những hạt giống mang lại cho ta hạnh phúc và cũng có những hạt giống mang lại khổ đau, mà chúng biểu hiện ra bằng những tập quán và thói quen của mình. Mỗi hạt giống chỉ là một phần rất nhỏ chứ chúng vẫn không phải thật sự là ta.

Sự tu học giúp ta thôi tưới tẩm những hạt giống xấu, bất thiện và nuôi dưỡng những hạt giống tốt, an lạc và hạnh phúc. Mình không phải là một mà là nhiều. Sự sống của ta rất là thênh thang. Vì ta không phải là một cái gì duy nhất và cố định cho nên ta lúc nào cũng có thể thay đổi được, chuyển hóa được. Chúng ta to tát hơn những vấn đề của mình, và chúng ta cũng rộng lớn hơn tất cả những khổ đau ấy.

Có những hạt giống do chúng ta huân tập từ sự tiếp xúc với người chung quanh, va chạm với xã hội. Và cũng có những hạt giống được trao truyền từ ông bà, tổ tiên của mình. Ý thức được điều ấy ta sẽ thấy được sự quan trọng của vấn đề tu học. Ta có quyền từ chối không để mình làm phương tiện tiếp nối cho những hạt giống anh hùng cá nhân, hận thù, chia rẽ... của thế hệ trước. Với sự tu học, những hạt giống ấy sẽ chấm dứt ngay trong thế hệ chúng ta, và con cháu chúng ta sẽ được nhận lãnh những hạt giống tốt lành hơn. Và chúng ta cũng có bổn phận phải trao truyền những hạt giống từ bi và tuệ giác của ông cha mình đến cho thế hệ mai sau.

Cây sẽ ngã về đâu?

Thầy ơi, mùa thu ở miền này trời có những cơn mưa kéo dài liên tiếp đôi ba hôm. Ngày ngắn đi và buổi sáng đầy sương mù. Có những hôm bước chân ra khỏi sở làm, ngày mới chiều mà trời đất đã tối mù. Những chiếc lá thu giờ đã rụng gần hết. Sau những ngày mưa và gió lớn, lá rơi phủ trước sân nhà tôi thành một tấm thảm màu vàng tươi.

Mỗi năm, chúng ta thường tổ chức những khóa tu học vào mùa hè hoặc mùa xuân. Thật ra chúng ta muốn các em, và những người trẻ tuổi có thể về tham dự cho đông vì đó thường là thời gian nghỉ học. Chúng ta lúc nào cũng tìm cách làm mới mãi, làm sao cho những ngày tu học có thể giúp ích được cho nhiều người hơn. Một cây mà thôi không còn mọc và lớn nữa là một cây chết, phải không Thầy!

Sự tu học của ta cũng vậy, lúc nào cũng phải được làm mới thường xuyên. Thầy còn nhớ trong khóa tu năm nay, có bác đặt câu hỏi về sự thực tập sau một khóa tu? Bác nhờ chúng tôi chia sẻ về vấn đề làm sao mang sự thực tập của mình về với gia đình, vào trong sở làm, ngoài xã hội, trong khi giao tiếp với bạn bè... Trong khóa tu, chúng ta thực tập có chánh niệm trong mỗi hành động, theo dõi hơi thở, chúng ta thực tập đi thiền hành, chắp tay chào nhau, dùng cơm trong im lặng... những việc ấy đem áp dụng vào đời sống hằng ngày của ta có thực tế lắm không?

Thật ra, tôi nghĩ rằng mỗi người chúng ta có một hoàn cảnh riêng và vì vậy mỗi người sẽ có một sự thực tập riêng, nhưng điều quan trọng là ta *phải có một sự thực tập*. Trong khóa tu, ta có phương cách của khóa tu, trong gia đình ta cần phải có phương cách áp dụng trong gia đình, và ở sở làm hay ngoài xã hội cũng thế. Sự thực tập phải thực tế và thích ứng với hoàn cảnh, nhưng nhất định là ta *phải có một sự thực tập*.

Tôi nghĩ ta không thể nào phân chia sự sống ra thành những ngăn kéo riêng biệt được. Ta không thể nào ban ngày bon chen, hơn thua, dối lừa rồi tối về ngồi thiền trong an lạc! Ta cũng không thể buổi sáng làm những công việc nhỏ nhen, ganh tỵ, ích kỷ rồi ngồi thực tập *từ bi quán* được. Có một vị thiền sư nói rằng, không có vấn đề "tập" ngồi thiền, "tập" đi thiền hành, mà chỉ có ngồi thiền, đi thiền mà thôi. Người phương Tây thường dùng chữ *"practice"* (thực tập), nhưng ta nên nhớ *"practice"* không phải là một *"rehearsal"*, nó không phải là một sự tập dợt thử, mà nó chính là thực tại của mình. Thực tập cũng chính là sự sống của ta.

Sự sống của chúng ta là một tiến trình thực tập không ngừng nghỉ. Sư Ông có dùng câu *"thiền tập miên mật"* để nhắc nhở chúng ta về việc này. *Miên mật* (綿密) có nghĩa là liên tục tiếp nối nhau và không có một kẽ hở nào xen vào giữa. Nghe nói vậy, có thể chúng ta cảm thấy ái ngại, vì có vẻ như nó đòi hỏi nhiều công phu quá! Nhưng thật ra tôi nghĩ mình đâu có làm gì khác hơn đâu, đó cũng chính là sự sống của mình mà thôi.

Trong đời sống mỗi ngày, lúc nào ta cũng phải làm một cái gì đó, ta luôn đối diện trước một sự chọn lựa. Ta chọn lựa hạnh phúc hay khổ đau! Ta đứng hay đi? Nằm hay ngồi? Hành động sắp tới của ta sẽ là gì? Mà không làm gì hết thì cũng vẫn là một hành động, và nó sẽ mang lại cho ta một hậu quả nào đó. Nếu như trong giờ phút này ta không thực tập sống hạnh phúc, thì ta đang thực tập gì đây? Ta đang tưới tẩm những hạt giống nào trong tâm mình?

Theo tôi nghĩ, những sự chọn lựa của chúng

ta đều có tính cách lặp lại. Nhà sinh vật học *Rupert Sheldrake* có nói về một hiện tượng trong thiên nhiên là khi một việc nào đã xảy ra một lần đầu rồi, thì cùng một việc ấy sẽ rất dễ dàng xảy ra thêm một lần nữa. Những hành động, lời nói của ta cũng bị điều khiển bởi cùng một quy luật ấy. Nếu ta có chánh niệm và nhìn cho sâu sắc, ta sẽ thấy rằng những hành động của mình đã được quyết định sẵn bởi những hành động, những hạt giống ta vun trồng trong quá khứ. Ta gọi chúng là tập khí, hay là tập quán, thói quen. Người có những hạt giống tu tập mạnh mẽ sẽ tiếp tục đi trên con đường tu tập, dù có bất cứ chuyện gì xảy ra. Và những người ham thích vui chơi, chạy theo danh lợi đời này, thì đời sau những hạt giống ấy cũng sẽ thúc đẩy họ ngả theo con đường ấy. Và nếu ta không thay đổi cách hành xử của mình thì sẽ không có gì thay đổi hết!

Tôi còn nhớ câu chuyện của ông *Nasrudin*, một nhà hiền triết Trung Đông. Ông hay chọn làm những việc nghịch đời để làm gương và răn dạy kẻ khác. Có một lần, ông ra ngồi ở giữa chợ, bốc những trái ớt từ một giỏ lớn và ăn hết trái này đến trái khác. Nước mắt, nước mũi ông cứ chảy ràn rụa, mặt ông đỏ bừng vì cay và nóng. Ông ngồi ăn mà gương mặt rất khổ sở. Thấy vậy có người dừng lại hỏi tại sao ông phải làm việc ấy. Ông đáp: "Tôi tiếp tục ăn vì tôi hy vọng rằng rồi sẽ có được một trái ớt thơm ngọt!" Chúng ta không thể nào tiếp tục lặp đi lặp lại mãi cùng một việc, và rồi mong chờ sẽ có một kết quả khác hơn được! Nếu chúng ta cứ tự mình chọn lấy *"những chốn đoạn trường"*, khổ đau để mà đi, thì ta đâu có ai để trách, phải không Thầy!

Lúc nào chúng ta cũng phải hành xử, cũng tiếp xúc, cũng chọn lựa, và nếu ta không thực tập đi theo con đường của hạnh phúc, an lạc thì ta nên nhìn lại xem con đường mình đang theo sẽ đưa ta về đâu! Có lần, có người đến hỏi Phật: "Con bình thường tu giữ năm giới, thực tập chánh niệm, giả sử con chết bất thình lình trong lúc tâm tư không bình tĩnh, mất chánh niệm thì con sẽ đi về đâu?" Đức Phật trả lời bằng cách ví dụ: "Nếu như trong rừng có một cây cổ thụ nó lớn lên mọc nghiêng về hướng tây, một hôm trong cơn dông tố, sét đánh cây ngã đổ, thầy nghĩ nó sẽ ngã về hướng nào?" "Dạ thưa, nếu nó cả đời nghiêng về hướng Tây thì khi ngã nó chắc chắn sẽ ngã về hướng tây!" "Chúng ta cũng vậy, nếu ta tu tập giữ gìn giới luật, trau dồi những tánh thiện, thì khi mất ta cũng sẽ đi theo con đường thiện mà thôi, không có gì để lo hết!"

Nói với người bạn áo trắng

Mãi lo thưa chuyện với Thầy từ sáng đến giờ mà tôi quên hỏi thăm Thầy về khóa tu Mùa Đông sắp tới của tu viện. Chắc thầy đang có nhiều việc bên ấy cần phải chuẩn bị. Nhất là Tu Viện đang trong giai đoạn xây cất nên chắc cũng sẽ có nhiều thay đổi lắm. Nghe chị Quảng Tâm nói rằng Thầy không còn ở cốc Trăng Lên, đã "dời đô" sang bên kia hồ Thanh Lương và dựng lên một ngôi cốc mới. Chị nói cốc mới chưa có tên nên cứ gọi là cốc "Không Tên" cho tiện. Cốc mới của Thầy nằm khuất trong rừng nên không gian nơi đây tĩnh mịch lắm. Buổi sáng sớm nhìn ra cửa sổ thấy trời mây màu đỏ hồng như trong một bức tranh thiền. Chắc có dịp nào tôi cũng phải lên thăm cốc Không Tên của Thầy một lần cho biết!

Sáng nay, tôi muốn chia sẻ với Thầy một vài chuyện nhưng biết Thầy cũng đã nghĩ và quan tâm đến chúng từ lâu. Nhớ có những đêm ngồi uống trà bên lò sưởi, nghe tiếng củi cháy lách tách và nói chuyện với thầy trong cốc Trăng Lên đến khuya. Bước ra về, ngước lên tôi thấy ngàn vì sao lấp lánh trên bầu trời như những hạt thủy tinh vụn vỡ, tôi nghe âm thanh rừng khuya vang dậy trong bóng đêm.

Thật ra, tôi cũng muốn mượn buổi sáng này để tâm sự và chia sẻ với những người bạn của tôi, là những người cùng đi trên con đường tu học, mà trong kinh gọi là những người áo trắng.[1] Chúng tôi có thể đang theo những phương pháp thực tập khác nhau, có những hoài bão riêng tư, nhưng con đường chúng tôi đi chung là một con đường hạnh phúc. Hạnh phúc cho chính mình và cho cuộc đời. Tình thương và tuệ giác của những người bạn áo trắng của tôi có thể làm dòng sông cuộc đời nước trong hơn, những cọng cỏ, chiếc lá trên trái đất này được xanh tươi hơn. Chúng tôi có rất nhiều niềm tin cho nhau. Ở bên này, chúng tôi vẫn cố gắng thực tập để mang lại niềm vui cho mình và những người chung quanh. Chúng tôi thực tập thong thả trong mỗi bước chân mình đi, trong thiền đường và ngoài phố chợ. Tương lai sự tu học của chúng tôi một phần cũng đang nương tựa vào các thầy, cũng như các thầy đang trông cậy vào sự thực tập của chúng tôi.

Con đường tu học là một con đường hạnh phúc. Một buổi sáng mai, mặt trời hồng sẽ thật

---

[1] Người áo trắng (bạch y): chỉ hàng Phật tử tại gia, những người cư sĩ, để phân biệt với các vị xuất gia mặc y phục có nhuộm màu (truy y).

ấm trong một ngày thu trên cao, dọi xuống con đường nhỏ ta đi, được lót bằng những tờ lá chín cây muôn màu thật đẹp. Có phải vậy không Thầy am chủ Cốc Không Tên?

MỤC LỤC

Kính gửi Thầy am chủ cốc Không Tên 5
Tuổi Tác Trong Khóa Tu 6
Danh từ tu học 11
Hạnh phúc chân thật 14
Hạnh phúc và sự nghiệp 16
Một cuộc sống vật chất tương đối 21
Vấn đề tham muốn 24
Hạnh phúc là vấn đề chung 33
Hạnh phúc ở mọi chặng đường 40
Tiếp xúc với hạnh phúc 47
Sống trong hiện tại 51
Những nhóm tu học 58
Đóng góp cho cuộc đời 63
Vấn đề giải thoát và hạnh phúc 72
Tôi là ai? 78
Cây sẽ ngã về đâu? 82
Nói với người bạn áo trắng 87

www.ingramcontent.com/pod-product-compliance
Lightning Source LLC
LaVergne TN
LVHW020429080526
838202LV00055B/5091